കവികൾ കവിതയാകുന്നു

ജോസെ ലിയോൺസ്

പഠിക്കാനായി നിരവധി പണ്ഡിതന്മാരുടെ ഗ്രന്ഥങ്ങൾ
വായിച്ചുവെങ്കിലും,

സവിശേഷമായി, ഈ ഗ്രന്ഥം, ഡോക്ടർ എം. ലീലാവതി
ടീച്ചർക്ക്

ആദരവോടെ സ്നേഹപൂർവ്വം ഞാൻ സമർപ്പിക്കുന്നു.

ഉള്ളടക്കം

ഉള്ളടക്കം

ഉള്ളടക്കം

ഉള്ളടക്കം

ഉള്ളടക്കം

Malayalam

Kavikal Kavithayaakunnu

Collection of Poems

By

Josse Lyons

1ˢᵗ Impression – January 2025

Type Set: Notion Press

Address:

Notion Press Media Pvt Ltd, #7, Red Cross Road,

Egmore, Chennai, Tamil Nadu 600008

https://notionpress.com

Distribution – Global Online Print and eBook direct delivery by Notion, Amazon, Flipkart across 150 countries.

Email: publish@notionpress.com

ISBN:979-889699599-9

ഗ്രന്ഥകാരനെ കുറിച്ച്

1976-ൽ തൃശൂർ മുണ്ടൂർ പുറ്റേക്കരയിൽ ജനനം. സ്കൂൾ കോളേജ് കാലഘട്ടത്തിൽ കലാപ്രവർത്തനങ്ങളിൽ കർമ്മനിരതനായിരുന്നു. സെയിന്റ് മേരീസ് സ്കൂൾ പുറ്റേക്കര, ഡീപോൾ സ്കൂൾ ചൂണ്ടൽ, ബി.എസ്.സി ഫിസിക്സ് - സെയിന്റ് തോമസ് കോളേജ് തൃശൂർ, എം.സി.എ - ഗവണ്മെന്റ് എഞ്ചിനീയറിംഗ് കോളേജ് തൃശൂർ എന്നീ വിദ്യാലയങ്ങളിൽ നിന്നും പഠനം പൂർത്തിയാക്കി. ഇൻഫർമേഷൻ ടെക്നോളജി രംഗത്ത് കർമ്മ നിരതനാണ്. ടി.സി.എസ്, സൊസൈറ്റി ജനറൽ, ഐ.ബി.എം, ഏർണെസ്റ്റ് ആൻഡ് യങ് എന്നീ കമ്പനികളിൽ പ്രവർത്തിച്ചു. എഴുത്തിൽ സജീവം.

ഗ്രീൻബുക്സ് പ്രസിദ്ധീകരിച്ച കൃതികൾ

ദൈവകണികകൾ (നോവൽ 2014)
മീൻകാരനും ലോലിതയും (നോവൽ 2017)
കണ്ണാടിക്കവിതകൾ (കവിതാ സമാഹാരം 2023)
ദി ഗോഡ് പാർട്ടിക്കിൾസ് (ഇംഗ്ലീഷ് നോവൽ 2024)

പേപ്പർ ടൗൺ പ്രസിദ്ധീകരിച്ച കൃതി

ക്യൂരിയോസിറ്റി (ഇംഗ്ലീഷ് കവിതാ സമാഹാരം 2022)

നോഷൻ പ്രസ്സ് പ്രസിദ്ധീകരിച്ച കൃതികൾ (2025)

കവികൾ കവിതയാകുന്നു (മലയാളം കവിതാ സമാഹാരം)

നാറാണത്ത് ഭ്രാന്തൻ (ചെറുകഥാ സമാഹാരം.)

51 അക്ഷരങ്ങൾ (മലയാളം കവിതാ സമാഹാരം.)

എഞ്ചിനീയർ (മലയാളം കവിതാ സമാഹാരം.)

ദി മാഡ് മാൻ ഫ്രം യുസ്എ (ഇംഗ്ലീഷ് ചെറുകഥാ സമാഹാരം)

എഞ്ചിനീയർ (ഇംഗ്ലീഷ് കവിതാ സമാഹാരം.)

പോയറ്സ് ആർ പോയംസ് (ഇംഗ്ലീഷ് കവിതാ സമാഹാരം.)

അടുത്ത് ഇറങ്ങാനിരിക്കുന്ന കൃതികൾ (2026)

ഫിഷ് സെല്ലെർ ആൻഡ് ലോലിത (ഇംഗ്ലീഷ് നോവൽ)

ആമുഖം

എന്തിനാണ് ഞാൻ ഇനി കവിതകൾ എഴുതുന്നത്? ഒരായിരം വർഷം വായിക്കാനുള്ള കവിതകൾ എഴുതിയ എല്ലാ മഹാകവികൾക്കും പ്രണാമം. കവിതാ ചരിത്ര കവിതകൾ. കവികളുടെ ചരിത്രം കവിതയായി തന്നെ അവതരിപ്പിക്കുന്നു. അവരുടെ മുഴുവൻ ജീവിത ചരിത്രമെന്ന അർത്ഥത്തിലല്ല. അവരുടെ കവിതകൾ ചരിത്രമെഴുതിയതാണല്ലോ. ഓരോ കവികളുടെയും അനന്യമായ രീതികളിലേയ്ക്ക് ഒരു കൗതുക കവിതാനോട്ടം.

ചില കവിതകളിൽ ഓരോ കവികളും അതാത് കാലത്ത് ഉപയോഗിച്ച പ്രശസ്തമായ പ്രയോഗങ്ങളും ചില വരികളും വാക്കുകളും അവരുടെ പ്രധാന ആശയങ്ങളും ഓർമ്മപ്പെടുത്തുന്നതിനായി ഉപയോഗിച്ചിട്ടുണ്ട്. ആലാപന സുഖത്തിന് വേണ്ടി ചിലത് പാട്ടു ശൈലിയിലും ചിലത് കവിതാ ശൈലിയിലും മറ്റു ചിലത് ഗദ്യ ശൈലിയുമാണ് ചിട്ടപ്പെടുത്തിയിരിക്കുന്നത്. കവിതകളെക്കുറിച്ചുള്ള ഓരോ കവികളുടെയും സവിശേഷമായ കാഴ്ചപ്പാടുകളും ഇവിടെ രചിച്ചിട്ടുള്ള കവിതകളുടെ ബാഹ്യവും ആന്തരികവുമായ അർത്ഥതലങ്ങളിൽ ഉൾപ്പെടുത്താൻ കഴിയുന്നതും ശ്രമിച്ചിട്ടുണ്ട്.

ഓരോ കവികളുടെയും ആവേശം, ചിന്തയുടെ വ്യാപ്തി തുടങ്ങിയ കാര്യങ്ങളിൽ എനിക്ക് ബോധ്യമായ രീതിയിൽ അവതരിപ്പിക്കാൻ ശ്രമിച്ചിട്ടുണ്ടെന്ന് വിശ്വസിക്കുന്നു. കവിയാരാധന ഗാനങ്ങളല്ല ഈ ഗ്രന്ഥത്തിലുള്ളത്. കേവലമായ വ്യക്തി കേന്ദ്രീകൃത പൂജയുമല്ല. കവിതാ

ചരിത്രത്തിലേയ്ക്കും അവർ വിഹരിച്ച കവിതയുടെ വന്യതയി ലേയ്ക്കുമുള്ള സൂചനകളും യാത്രകളുമാണ്. വളരെ കുറഞ്ഞ വരികളിൽ അവരെ അവതരിപ്പിക്കുകയെന്നത് ഏറെ ശ്രമകരമായ ദൗത്യമായിരുന്നു.

എന്നാൽ ഏഴ് സിനിമ ഗാന രചയിതാക്കളുടെ അദ്ധ്യായങ്ങളിൽ മാത്രം അവരുടെ വരികൾ തന്നെയാണ് സൂചനയായി കൊടുത്തിരിക്കുന്നത്. അതിനൊരു പ്രത്യേക കാരണമുണ്ട്. അത് ഇവിടെ എഴുതുന്നില്ല. ആ അദ്ധ്യായങ്ങളിൽ എത്തുമ്പോൾ നിങ്ങൾക്ക് അത് ബോധ്യപ്പെടും.

നിങ്ങളുടെ വിമർശന ശരങ്ങൾ ഏറ്റു വാങ്ങുവാൻ സ്നേഹത്തോടെ ഈ കവിതാ സമാഹാരം നിങ്ങൾക്കായി, മലയാളത്തിനായി സമർപ്പിക്കുന്നു. വളരെ കുറഞ്ഞ വാക്കുകൾ കൊണ്ട് ഓരോ മഹാകവികളും ഇരുളിൽ പ്രകാശിപ്പിച്ചു ഒഴുകിയ പുഴയിൽ നിന്നും രുചി നോക്കിയെടുത്ത ജലധാരയായി ഇതിലെ കവിതകളെ കാണുമെന്ന് പ്രതീക്ഷിക്കുന്നു.

മലയാള കവിതാ സാഹിത്യ ചരിത്രത്തിൽ ഇങ്ങനെ ഒരു പുസ്തകം ആദ്യമാണെന്ന് ഞാൻ അവകാശപ്പെടുന്നു. എന്റെ ഭാഗത്ത് തെറ്റുണ്ടെങ്കിൽ തിരുത്താം. എന്റെ അവകാശവാദ വാക്കുകൾ ഈ പുസ്തകത്തിൽ നിന്നും ഞാൻ പിൻവലിക്കാം. എന്റെ ഇമെയിൽ വിലാസം താഴെയുണ്ട്.

എന്ന്,
ജോസെ ലിയോൺസ്
email4liyons@gmail.com
17/1/2025

മുഖവുര

കവിതാ ചരിത്രത്തിന് ഒരു ആമുഖ കവിത.

1

ചേഷ്ടകളോരോന്നൊച്ചകളായി
ഒച്ചകളോരോ വാക്കുകളായി.
വാമൊഴിയായി പഴമൊഴിയായി
പഴമൊഴി പൂമഴ പാട്ടുകളായി.

2

വാക്കുകളെല്ലാം ജ്വലിച്ചു തുടങ്ങി.
വായിൽ നിന്നും കർണ്ണപുടത്തിൽ
ജ്വലിച്ചു തുടങ്ങി. ചലിച്ചു തുടങ്ങി.
ഭാരത കഥയും രാമായണവും
ഓതിയ കഥകൾ പാടിയ കഥകൾ.

3

വാക്കുകളോരോ ചിത്ര-കലയിൽ
അരയാൽ മരത്തിലും
മണ്ണിലും കല്ലിലും.
കല്ലുകളായ കല്ലുകളൊക്കെ
കോറി വരച്ചു, കൊത്തിവരച്ചു.

4

അച്ചടിവാക്കുകൾ തുടങ്ങിയ നേരം
മാനവരെല്ലാം കോറി വരച്ചു.
കോറി വരച്ചത് രേഖയിലാക്കി.
രേഖകളോരോ കഥകളുമായി
കഥകളുമോരോ കവിതകളായി
കവിതകൾ ഓരോ കഥകളുമായി.
കഥകൾപിന്നെ ചെറുകഥയായി
തിരക്കഥയായി ചിത്രകഥയായ്
നോവലുമായി സിനിമയുമായി.

5

കഥകൾക്കെല്ലാം കർത്താവുണ്ട്.
കവിതക്കെല്ലാം കർത്താവുണ്ട്.
പലവിധ പേരുകൾ
ചൊല്ലി വിളിച്ചു.
പേരുകളായി ആളുകളായി.

6

കവികൾ എന്നൊരു പേരിൻ
കീഴിൽ കവിതകളൊക്കെ
ചലിച്ചു തുടങ്ങി.
കവികൾ എന്നൊരു പേരിൻ

കീഴിൽ കവിതകളൊക്കെ
ചലിച്ചു തുടങ്ങി.
ചലിച്ചു തുടങ്ങിയ വാക്കുകളൊക്കെ
അതിരില്ലാതെ കത്തി ജ്വലിച്ചു.
ചലിച്ചു തുടങ്ങിയ വാക്കുകളൊക്കെ
അതിരില്ലാതെ കത്തി ജ്വലിച്ചു.

7

വാമൊഴിയായൊരു വീരന്മാരുടെ
വടക്കൻ പാട്ടും തെക്കൻ പാട്ടും
അയ്യപ്പാട്ടും നാഗപ്പാട്ടും
വേട്ടയ്ക്കൊരു മകൻ, ഭദ്രകാളി,
കോലം തുള്ളലും തുമ്പി തുള്ളലും
പാട്ടുകളായി നൃത്തവു-മായി.
പാട്ടുകളായി നൃത്തവു-മായി.

8

കാർഷിക വൃത്തിയിൽ
പാട്ടും പാടി കന്നും പൂട്ടി
ഞാറും നട്ടു.
കൊയ്ത്തു മെതിച്ചും
ഞാറുകൾ നട്ടും
കളകൾ പറിച്ചും
പാട്ടുകൾ പാടി
ആചാരങ്ങൾ ഒന്നൊന്നായി,

പലവിധമായി,
പലനിറമായി.

9

മന്ത്ര-വാദം ബോധോച്ചാടനം
വർണ്ണപൊടികൾ അഞ്ചും കൂട്ടി,
കളങ്ങളുമെഴുതി കോലവുമെഴുതി.
ദേശ ഭവതിയെ വാഴ്ത്തിപ്പാടി,
വെളിച്ചപ്പാട് തുള്ളി മറഞ്ഞു.
തോറ്റം പാട്ടും പടേനി പാട്ടും
ആചാരങ്ങൾ പലവിധമായി.

10

താരാട്ടായി ഉഞ്ഞാലായി
തുയിലുമുണർത്തി
പാട്ടുകളായി.
ചേകോൻ മാരുടെ
അങ്കപ്പാട്ടുകൾ
വടക്കൻ പാട്ടിൽ മിന്നി മറഞ്ഞു.
തെക്കൻ പാട്ടിൽ മാധുര്യ-മൂറും
വില്ലടിച്ചാനും രൂപവുമായി.
കുട്ട-നാട്ടിൽ ആതിപ്പാട്ട്,
ചെങ്ങന്നൂരാതി പാട്ടുകളായി.
അരയും തലയും മുറുക്കിയിറങ്ങി
പാലുവം പെണ്ണും പാട്ടുകളായി.

കുറുപ്പൻ മാരുടെ പാട്ടുകളെല്ലാം
തച്ചോളി-യുടെ വീര - കഥകൾ.

11

കാതുകളായ കാതുകളൊക്കെ,
ഓതിയതൊക്കെ കേട്ടുപഠിച്ചു.
വാമൊഴിയായി പൂമൊഴിയായി,
മിത്തുകളൊക്കെ വിത്തുകളായി,
നൂറ്റാണ്ടുകളിൽ പാടിനടന്നു.
സംഘ കവികളും മൊഴി പേർ ദേശവും
സൂചനയായി ചൊൽ പേർ ദേശവും
നന്നൻ എന്നൊരു മന്നൻ കാലം,
കേരള തമിഴും കേരള ഭാഷയും.

12

വട്ടമെഴുത്തും കോലമെഴുത്തും
ഗ്രന്ഥ ലിപിയും വിളക്കിയിണക്കി.
ബ്രമി ലിപിയും പല്ലവി ലിപിയും
ആര്യമെഴുത്തും മിനുക്കിയെടുത്തു.

13

പടിപടിയായി അക്ഷരമാല,
കരിന്തമിഴായി ദ്രാവിഡ ഭാഷ.
പാട്ടുകൾ പാടി,

കവിതകൾ പാടി,
ഒന്നൊന്നായി തിളങ്ങീടുന്നു.
രാമചരിതവും ലീല തിലകവും
ഭാഷ സംസ്കൃത-
സംസ്കൃതിയായി.

14

ദ്രാവിഡ മാലയിൽ
മുപ്പത് അക്ഷരം.
വട്ടം വട്ടം വട്ടമെഴുത്ത്.
വട്ടമിനുക്കി കോലമിനുക്കി,
അമ്പത്തൊന്നായ്,
അമ്പത്താറായ്,
മലയാളത്തിൻ-
സ്വരമാധുര്യം.
അമ്പത്തൊന്നായ്,
അമ്പത്താറായ്,
മലയാളത്തിൻ-
സ്വരമാധുര്യം.

കടപ്പാട്

കവികൾക്ക് കവിതകൾക്ക് കഥകൾക്ക് പാട്ടുകൾക്ക്...

അവതാരിക

ഈ പുസ്തകത്തിന് അവതാരിക മറ്റൊരാൾ എഴുതിയിട്ടില്ല. ഇത് വായിക്കുന്നവർ പുസ്തകത്തിന്റെ ആദ്യ എഡിഷൻ വായിക്കുന്നു. ഇത് വരെ ബ്ലോഗിലോ, മറ്റു സോഷ്യൽ മീഡിയയിലോ പ്രസിദ്ധീകരിക്കാത്ത ഏറ്റവും പുതിയ കവിതകളാണ് ഈ പുസ്തകത്തിൽ. വായനക്കാരുടെ അഭിപ്രായങ്ങൾ എന്നെ ഇമെയിൽ ചെയ്ത് അറിയിക്കുമല്ലോ.

1. ചെറുശ്ശേരി

കാലഘട്ടം - 1475-1575

[പ്രസിദ്ധമായ ഗ്രന്ഥം : കൃഷ്ണഗാഥ]

1

പതിനഞ്ചാം നൂറ്റാണ്ടിൽ
കോലത്തിരി ദേശത്ത്
ചെറുചേരിയെന്നൊരു ചേരിയുണ്ട്.

2

കോലോത്തു നാടിന്റെ
ഓരത്ത് നിന്നാണ്
ഒന്നാം മഹാകാവ്യം
പിറന്നതല്ലോ.

3

കാർമുകിൽ വർണ്ണന്റെ
ഗാനങ്ങളോരോന്ന്
പാലാഴി പോലെ

കടഞ്ഞെടുത്തു.

4

കൃഷ്ണന്റെ ഗാഥയിൻ
കർത്താവ് ആരെന്ന്
ഭൂലോകരെല്ലാരും ശങ്കിച്ചല്ലോ.

5

ചെറുശ്ശേരി കവിയെന്നും
പൂനത്തിൻ കവിയെന്നും
പലവട്ടം പല-വിധ
കഥകളായി.

6

ചെറുശ്ശേരി ഇല്ലമോ
പൂനത്തിൻ ഇല്ലമോ
ബഹുജനം ഇന്നുമേ
ശങ്കിച്ചീടിൽ.

7

കോലോത്തു നാടിന്റെ
പന്ത്രണ്ടു ചേരിയിൽ
ഒരു ചേരി ചെറു ചേരി

ചെറുശ്ശേരിയോ?

8

ചെറുശ്ശേരിയെന്നത്
ഇല്ലത്തിൻ പേരെന്ന്
പലരന്നും പിന്നീടും
ചൊല്ലിയല്ലോ.

9

മാലകോരെല്ലാരും ശങ്കിച്ചു ശങ്കിച്ചു
ചെറുശ്ശേരിയെന്നുതാൻ ചൊല്ലീടുന്നു.
ഭാഗവത കഥ ഭാഗവത കഥ
കൃഷ്ണന്റെ കഥയായി പാടീടുന്നു.

10

ചരന്ദസ്സിൻ അന്തസ് ഇല്ലെ
ന്നൊരു വാദം, എങ്കിലും
ഗാഥയ്ക്ക് ചന്തമുണ്ട്.

11

യശോദ പുത്രന്റെ
ഗാനങ്ങളോരോന്നും
ഭാഗ-വത കഥ കൃഷ്ണഗാഥ.

12

നാരായണ കഥ
പാരായണ സുഖം
പാരിടത്തിൽ വേറെ
കാൺകയില്ല.

13

മലബാറിൻ വടകര
കോലോത്ത് നാടിന്റെ
അഭിമാനമായൊരു
നാമധേയം.

14

ചെറുശ്ശേരി
എന്നൊരു നാമധേയം.
ചെറുശ്ശേരി
എന്നൊരു നാമധേയം.

2. എഴുത്തച്ഛൻ

കാലഘട്ടം - 1500-1600

കൃതികൾ

[അദ്ധ്യാത്മരാമായണം. രാമായണം സംസ്കൃത ഭാഷയിൽ നിന്നും തർജ്ജമ ചെയ്തു. നിരവധി മറ്റു കൃതികൾ.]

1

തുഞ്ചത്ത് ആചാര്യൻ ചിന്തിച്ചതൊക്കെയും
നവീന കാലത്തിൻ ഭാഷാ ശാസ്ത്രം.
പ്രാചീനമായൊരു സംസ്കൃത ഭാഷയിൽ
സംസ്കരിച്ചെടുത്തു തൻ ഭാഷാ കാവ്യം.
കാലത്തെ രണ്ടായി ഭിന്നിച്ചു ചരിന്നിച്ചു
പ്രാചീനം നവീനം എന്ന് ചൊൽകിൽ.
വൃത്തത്തിൽ കാകളി ദ്രുത കാകളി പിന്നെ
കേകയും കളകാഞ്ചി അന്നനട.
ഭക്തിയിൽ മുങ്ങി കുളിച്ചു കളിച്ചിട്ടു
കിളിപ്പാട്ടു കാലത്തിൻ തുടക്കമായി.
സംസ്കൃത ചിത്തനാം സംസ്കൃതി രാജൻതാൻ

സംസ്കൃത സംയുക്ത മലയാളമായ്.
ഭാഷാ പിതാവിന്റെ പേരിലടിച്ചന്ന്
അമ്പൊത്തൊന്നക്ഷരം മലയാളത്തിൽ.

• 6 •

സംസ്കൃത സംയുക്ത മലയാളമായ്.
ഭാഷാ പിതാവിന്റെ പേരിലടിച്ചന്ന്
അമ്പൊത്തൊന്നക്ഷരം മലയാളത്തിൽ.

3. പൂന്താനം നമ്പൂതിരി

കാലഘട്ടം - 1547-1640

കൃതികൾ

[ഭാഷാകർണ്ണാമൃതം,പാന,ജ്ഞാനപ്പാന,കുമാരഹരണം...]

1

തുഞ്ചത്ത് ഭക്തിയിൽ ജനിച്ചു വീണ കവി,
കീർത്തന പൂന്തോട്ടം സൃഷ്ടിച്ച പൂന്താനം;
പാനയിലും ജ്ഞാനപ്പാനയിലും പിന്നെ
ഭാഷാ-കർണ്ണാ-മൃത കവിതയിലും.

2

മണിപ്രവാള ശൈലി രുചിനോക്കിയ കവി,
ആയുധമോരോന്നും പുറത്തെടുത്തു.
ഭക്തിയും ശോകവും ചെറു ഹാസ്യവുമെല്ലാം
കവിതയിൽ പൂമ്പൊടി മേമ്പൊടിയായി.

3

പൂന്താന പൂന്തോട്ട മുല്ലപ്പൂവായത്
താഴെ പറയും വരികളല്ലോ.
നരനായി ഇങ്ങനെ ജനിച്ചു ധരണിയിൽ
നരക വാരിധി നടുവിലാണ്.
സ്ഥാനത്തിനും മാനത്തിനും
കലഹിച്ചു നരനെന്നും
നാണമില്ലാതെ നടക്കും ചിലർ.
രണ്ടു നാളു ദിനം പൊക്കിയൊരുത്തനെ
പൊങ്ങിയ മന്നന് മുൾകിരീടം.

4. ഉണ്ണായി വാരിയർ

• 9 •

കാലഘട്ടം - 1700 -

കൃതികൾ

[ഗീതാപ്രബന്ധം, ഗിരിജാ കല്യാണം, രാമപഞ്ചശതി...]

1

നാലു ദിനം കൊണ്ട്
നാലുഭാഗമായ് കാണുവാൻ
മുഷിക്കില്ലൊരു കഥ.
നളചരിത കഥ.
ആട്ടക്കഥ.
നളചരിതം ആട്ടക്കഥ.

2

യുദ്ധമില്ലാട്ടക്കഥ.
ഒന്നാം ദിനം കണ്ടാൽ
രണ്ടാം ദിനം കാണണം.
രണ്ടാം ദിനം കണ്ടാൽ

വിടാതെ പിന്തുടരും നിങ്ങളെ,
നളദമയന്തി കഥ.

3

കഥകളിയിൽ മാറ്റത്തിനു
തീയായി ഉണ്ണായി
സംഗീതമായി.
നാടകമായി.
നൃത്തമായി.
സാഹിത്യമായി. നളചരിത
ആട്ടക്കഥയിൽ തിളങ്ങിയല്ലോ!

4

കൂടൽ മാണിക്യ ക്ഷേത്രത്തിൽ
മാലകോർത്തിരുന്ന കവി,
വാക്കുകൾ കോർത്തു
നടന രസങ്ങൾ
കോർത്തിണക്കി
നളദമയന്തി കഥയിൽ.
ആട്ടക്കഥയിൽ.
കഥകളി കഥയിൽ.
നവഭാവുകം വരച്ചു.

5. കുഞ്ചൻ നമ്പ്യാർ

കാലഘട്ടം - 1700-1800

കൃതികൾ

[സ്യമന്തകം,കൃഷ്ണലീല,കിരാതം,കാർത്തവീര്യാർജ്ജുന
വിജയം,കല്യാണ സൗഗന്ധികം,ഘോഷയാത്ര]

1

മിത്തുകളെല്ലാം വിത്തുകളായി,
തുള്ളൽ കഥയിലും
ആട്ട കഥയിലും
മംഗളമീകഥ കഥനം ചെയ്താൽ
മംഗളമെന്നും വന്നു ഭവിക്കും.

2

ഭക്തി രസത്തിൽ
കവിതകളെഴുതിയ
മന്നൻ-മാരിൽ വമ്പന്മാരും.
ചെറുശ്ശേരി-യിലും എഴുത്തച്ഛനിലും

നമ്പ്യാരൊട്ടും കാണുകയില്ല.
ഭക്തി രസങ്ങൾ വകവെച്ചില്ല.

3

നമ്പ്യാരൊട്ടും എഴുതിയതില്ല.
ഭക്തി രസങ്ങൾ വകവെച്ചില്ല.
സ്വര-ശൃംഗാരവും കരുണ കവിതയും.
മംഗളമീകഥ കഥനം ചെയ്താൽ
മംഗളമെന്നും വന്നു ഭവിക്കും.

4

പടയണി തുള്ളൽ
കഥകളി-ലൊക്കെ
കഥകൾ കണ്ടു
നമ്പ്യാരപ്പോൾ.
ശീതൻ തുള്ളൽ പറയൻ തുള്ളൽ
ഓട്ടൻ തുള്ളൽ പുതു കഥയായി
തുള്ളി കളിച്ചു.
മംഗളമീകഥ കഥനം ചെയ്താൽ
മംഗളമെന്നും വന്നു ഭവിക്കും.

5

ചാക്യാർ കൂത്തും തുള്ളൽ കഥയും
കൂട്ടി വിളക്കി കഥകൾ മെയ്തു.

ബ്രാഹ്മണ വേദിക്കില്ലെന്നാലും
ജനമധ്യത്തിൽ തുള്ളി തീർത്തു.
യജമാനന്മാർ രാജാക്കന്മാർ.
അമ്പലവാസി നമ്പൂതിരിമാർ.
സവർണ്ണ കഥയും അവർണ്ണ കഥയും
നമ്പ്യാർ തുള്ളലിൽ തുള്ളി കളിച്ചു.

6

ഒരു പക്ഷത്ത് സ്ത്രീ പക്ഷത്ത്
കുഞ്ചൻ നമ്പ്യാർ തുള്ളി തുള്ളി
പിന്നൊരു ചാട്ടം മറുപക്ഷത്ത്.
മംഗളമീകഥ കഥനം ചെയ്താൽ
മംഗളമെന്നും വന്നു ഭവിക്കും.

7

വിട്ടില്ലൊ-ന്നിനെ പോലും നമ്പ്യാർ
കുഞ്ചൻ നമ്പ്യാർ തുള്ളൽ ചരിത്രം.
വിട്ടില്ലൊ-ന്നിനെ പോലും നമ്പ്യാർ
കുഞ്ചൻ നമ്പ്യാർ തുള്ളൽ ചരിത്രം.
വിട്ടില്ലൊ-ന്നിനെ പോലും നമ്പ്യാർ
കുഞ്ചൻ നമ്പ്യാർ തുള്ളൽ ചരിത്രം.

#

[അവസാന ആറു വരികൾ പല രീതിയിൽ പാടുന്ന

സുഖത്തിന് വേണ്ടി ഉപയോഗിക്കാം]

സുഖത്തിന് വേണ്ടി ഉപയോഗിക്കാം]

6. ഉള്ളൂർ

കാലഘട്ടം - 1877-1949

കൃതികൾ

[ഉമാകേരളം, പ്രേമസംഗീതം...]

1

കേരള കവിലോകം ഉണരുന്ന ത്രിത്വത്തിൽ
കാമ്പുള്ള ഉള്ളൂരിൽ ശാശ്വത-മായ്.

2

ഉഡ്ഡയന ശീലത്തിൽ ഗരുഡന്റെ കാഴ്ചയിൽ
കേരളവർമ്മ തൻ കവന ശൈലി.
ആ പഴമൂശയിൽ പ്രാസവിന്യാസത്തിൽ
അലങ്കാരമൊന്നൊന്നായ് പുഞ്ചിരിച്ചു.
ആ മഹാകാവ്യത്തിൽ മാറിനടന്നൊരു
ശീലങ്ങൾ കവിതയിൽ മാറീട്ടില്ല.

3

എങ്കിലുമൊരുമാറ്റം സ്ത്രീത്വത്തിൻ-
കഥയായി ഉമയമ്മ കേരളം മാറിയില്ലേ?
മന്ദമാണെങ്കിലും മാറ്റത്തിൻ
പതാക ഉള്ളൂരും ഉയർത്തി പിടിച്ചതാണ്.
മൂല്യങ്ങളോരോന്നും ആന്തരതത്ത്വമായ്
പ്രേമ സംഗീതവും രചിച്ചുവല്ലോ.
പ്രേമമില്ലാത്തവർ പ്രാർത്ഥിച്ചു
കൂട്ടിട്ട് കാര്യമില്ലെന്നൊക്കെ ചൊല്ലി കവി.

4

ഉള്ളൂരിൽ ഉള്ള-ട-ങ്ങിയ ചരിത്രവും
പരസ്പര-ആശ്രിത തത്ത്വമല്ലോ.

7. എ.ആർ രാജരാജവർമ്മ

കാലഘട്ടം - 1863-1918

കൃതികൾ

[ഭംഗവിലാപം, മലയ വിലാസം...]

1

മലയവിലാസം സ്വച്ഛന്ദ,
മലയാള കവിതാ തുടക്കം.
വന്യ കാവ്യത്തിൻ
വന്യ തുടക്കം
മാതൃകയാകും
ആകൃതിയാകും
ഭാഷശാസ്ത്ര രാജാ
രാജരാജ വർമ്മ.
കേരള പാണിനി
രാജരാജ വർമ്മ.

8. കുമാരനാശാൻ

കാലഘട്ടം - 1871-1924

കൃതികൾ

[വീണപൂവ്,നളിനി,ലീല,ചണ്ഡാല
ഭിക്ഷുകി,ചിന്താവിഷ്ടയായ
സീത,ദുരവസ്ഥ,പ്രരോദനം...]

1

നാരായണ-ഗുരു ഗുരുവിൽ
വിരിഞ്ഞു വിടർന്നോരാശാൻ.
വീണത് പൂവല്ല.
വീണപൂവല്ല.
കവിതാ പഥത്തിലെ
പുതുതാര നക്ഷത്രം.
വീണതല്ല. ഉണർന്നതാണ്.
വീണതല്ല. ഉദയമാണ്.
ഉദയ നക്ഷത്രമായിരുന്നു.

2

മിതവാദിയിൽ മിതമായ്
ജനിച്ചോരാശാൻ
ഭാഷ പോഷിണിയിൽ
പോഷണമായ് ഭാഷ
ഏറ്റെടുത്ത് സ്നേഹവിപ്ലവമായ്
കരുണയായ് രോദനമായ് പ്രരോദനമായ്

3

വീണപൂവിൻ വിത്തിലൊ-
ളിച്ചിരുന്നൊരു നളിനിയും ലീലയും
ചിന്താവിഷ്ടയാം സീതയുടെ ദുരവസ്ഥയിലും
ചണ്ഡാലഭിക്ഷുകിയിലും കരുണയിലും
വീണപൂവിൻ പൊടികൾ പാറിനടന്നിരുന്നു.

4

ആശാൻ ഉറക്കെ ചൊല്ലി പഠിപ്പിച്ചു,
സ്ഥിരമാം അസ്ഥിരത.
മൃത്യുപോലും അസ്ഥിരമെന്ന്
ചൊല്ലിയാശാൻ.
കരുണയിൽ പ്രണയത്തിൽ
ദർശിക്കുമനശ്വരകാവ്യങ്ങൾ.

5

സ്വാതന്ത്ര്യം തന്നെ ജീവിതമെന്ന്
ചൊല്ലിയാശാൻ.
സ്വാതന്ത്ര്യം തന്നെ ജീവിതമെന്ന്
ചൊല്ലിയാശാൻ.

സ്വാതന്ത്ര്യം തന്നെ ജീവിതമെന്ന്
ചൊല്ലിയാശാൻ.

9. വള്ളത്തോൾ

കാലഘട്ടം - 1878-1958

കൃതികൾ

[അച്ഛനും മകളും, എന്റെ ഗുരുനാഥൻ, ശിഷ്യനും
മകനും, മഗ്‌ദലേന മറിയം...]

1

ദേശീയ വാദി കവി;
കവിത ദേശത്തിന്
ജാതീയ വ്യവസ്ഥയെയും;
അനാചാരങ്ങളെയും
എതിർത്തു കവിയെന്നും
കോൺഗ്രസ്സിൻ ദാസൻ കവി;
ദേശത്തിൻ മഹാകവി.

2

ഗുരുവായൂർ സത്യഗ്രഹം,
വൈക്കത്തും സത്യഗ്രഹം,

സ്വാതന്ത്ര്യ സത്യം തേടി;
അലഞ്ഞു കവിയെന്നും
ഭാരതമെന്ന് കേട്ടാൽ
അഭിമാ-നമാകണം
കേരളമെന്ന് കേട്ടാൽ
ഉണരും കുലീനത.
ഗാന്ധി മാർഗത്തിൽ പിന്നെ
വിശ്വത്തെ കണ്ടു കവി.
ഗുരുനാഥനിൽ എന്നും
നരനെ കണ്ടു കവി.

3

കൂടിയാട്ടത്തെ കവി;
ലോകത്തിൻ കലയാക്കി.
കഥകളി-യ്ക്കായി കലാ;
മണ്ഡലം തുറന്നല്ലോ.
മതത്തിലിരോന്നിലും;
മതം കണ്ടെത്തി കവി.
വന്ദിപ്പിൻ മാതാവിനെ;
യെന്ന് ചൊല്ലിയ കവി,
ബധിര-നായ നേരം;
ബധിര-വിലാപമായ്.

10. ജി. ശങ്കരക്കുറുപ്പ്

കാലഘട്ടം - 1901-1978

കൃതികൾ

[ഓടക്കുഴൽ,സൂര്യകാന്തി,ഇതളുകൾ...]

മുഖവുര

താഴെ രചിച്ചിരിക്കുന്ന വരികൾ പാട്ടു രൂപത്തിൽ നീട്ടി ചൊല്ലുന്നതിന് വേണ്ടി ചിട്ടപ്പെടുത്തിയതാണ്.

1

ശങ്കരാ......ശങ്കരാ.......
ശങ്കരന്റെ നാട്ടിൽ നിന്നും
ശങ്കര-ക്കുറുപ്പായി മാറി
ശങ്കരാ......ശങ്കരാ.......

2

സർവ്വ ജ്ഞാന പീഠമായ് ശങ്കരാ......
മണ്ണിൽ നിന്നും വിണ്ണിലേക്ക് താരകം
ശങ്കരാ......
ശങ്കര-ക്കുറുപ്പായി മാറി
ശങ്കരാ........

3

വാനിലുയർന്ന താരകത്തിൻ
ചിത്രമാ- ജി-അക്ഷരം.
ശങ്കര-ക്കുറുപ്പായി മാറി,
ജിയൊറ്റക്ഷരം.

4

വീണ പൂവിൽ വള്ളത്തോളിൻ
ദർശനം.......
ജിയൊറ്റക്ഷരം.

5

സൂര്യകാന്തി ഇതളിലോരോ കിരണമായ്
സൂര്യകാന്തി ഇതളിലോരോ കിരണമായ്
ഓടക്കുഴലിൻ നാദമായ്,
ജിയൊറ്റക്ഷരം.
ഓടക്കുഴലിൻ നാദമായ്,
ജിയൊറ്റക്ഷരം.

11. പി . കുഞ്ഞിരാമൻ നായർ

കാലഘട്ടം - *1905-1978*

കൃതികൾ

[കളിയച്ഛൻ,വാസന്തിപ്പൂക്കൾ,മണിവീണ,
പൂമ്പാറ്റകൾ,പടവാൾ,നിറപറ,പൂക്കളം,ഓണ സദ്യ...]

പിയുടെ സഞ്ചാരം

ദിക്കും പക്കുമാറിയാതെ; നേരവും ദൂരവും അറിയാതെ,
തെക്കും വടക്കും അലഞ്ഞു തിരിഞ്ഞു കവി.
കിഴക്കും പടിഞ്ഞാറും അലഞ്ഞു തിരിഞ്ഞു കവി.

പിയുടെ എഴുത്തൊഴുക്ക്

അജ്ഞേയ സത്യവും തേടിക്കൊണ്ട്.
അജ്ഞാത ലക്ഷ്യവും തേടിയല്ലോ.
കൈവിട്ടുപോയ ശൈശവത്തിൻ
വേദന മറക്കുന്ന വരികളെല്ലാം
ഓർക്കുന്ന വരികളായി മാറിയത്രെ.

നഷ്ടമായ് മാറിയ തറവാടിൻ കഥകൾ
ഓർക്കുന്ന വരികളായി മാറിയത്രെ.
അമ്മയെ ഒളിപ്പിച്ച പഴയരിക്കഞ്ഞി തൻ
അന്തരംഗത്തിലെ തലോടലായ്.
ഓണത്തിൻ ഓളം തുളുമ്പുന്ന മുത്തുകൾ
അങ്ങോളമിങ്ങോളം മിന്നിയല്ലോ.
നിന്ദിക്കപ്പെട്ടൊരു സംപൂജ്യ ഗുരുജനം
ഓർമ്മിക്കപ്പെട്ടത് കളിയച്ഛരനിൽ.
ഗുരുവിനെ ധിക്കരിച്ചോടിയ നടൻ എങ്ങോ
പടിപടിയായി അധഃപതിച്ചു.
പശ്ചാത്താപത്തിൽ ദഹിച്ചൊരു നടൻ പിന്നെ
പുതുചിറകിൻ ശക്തിയിൽ പറന്നുയർന്നു.

12. ഇടശ്ശേരി

കാലഘട്ടം - 1906-1974

കൃതികൾ
[പുത്തൻ കലവും അരിവാളും, അളകാവലി,
ലഘുഗാനങ്ങൾ, കറുത്ത ചെട്ടിച്ചികൾ,
കാവിലെ പാട്ട്, ഒരു പിടി നെല്ലിക്ക, നാലിതൾപ്പൂവ്,
എന്റെ പുരപ്പണി, കുങ്കുമപ്രഭാതം, അന്തിത്തിരി...]

1

നൂറ്റാണ്ടിൻ രുചിഭേദ
കലർപ്പുകളാണെൻ കവിത.
കാട്ടിലെ കാട്ടാളൻ
വിരിയിച്ച പൂ പോലെ
നാട്ടിലെ നട്ടാളൻ
നാലിതൾ വിരിയിച്ചു.

2

ഭൂതകാലം വർജ്ജിക്കാതെ,
വർത്ത-മാന-കാലം
ഭാവി-കാല-വിതകളായി.

3

ഗ്രാമീണ ജീവിത
ഇതിവൃത്തങ്ങളിൽ
പുതുപുതു അർത്ഥങ്ങൾ
തുള്ളിവന്നു.

4

അരിവാൾ ത്തലപ്പിലോ
തോക്കിൻ കുഴലിലോ
അധികാരമില്ലെന്ന്
അറിഞ്ഞുകൊൾക.
നിയമ നിർമ്മാണത്തിൻ
ശിലയാധാര ശിലയല്ലോ
അധികാരങ്ങൾ.

5

രാക്ഷസനായി ഇന്നലെ
വന്നൊരു കാലം ദേവനായ്
മാറി പുതുകാലത്ത്.
പഴകിയ ചാലുകൾ മാറിടേണം
അരിക്കിഴിയവകാശം മാറിടാതെ.

6

പൂതപ്പാട്ടിലും കാവിലെപ്പാട്ടിലും
കണ്ണുകൊടുത്തു ഉണ്ണിയെ വീണ്ടെടുത്തമ്മ
ബലിബോധമെന്നൊരു മാതൃഭാവന
പൗരാണിക ബോധ ഉൽപ്പന്നമല്ലോ.

7

കാട്ടിലെ കാട്ടാളൻ
വിരിയിച്ച പൂ പോലെ
നാട്ടിലെ നട്ടാളൻ
നാലിതൾ വിരിയിച്ചു.

13. നാലപ്പാട്ട് ബാലാമണിയമ്മ

കാലഘട്ടം - 1909-2004

കൃതികൾ
[അമ്മ, മുത്തശ്ശി, മഴുവിന്റെ കഥ]

1

വിലാപത്തിൽ വിലാപമായ് തുടങ്ങിയെങ്കിലും
ആദ്യപ്രകാശം കണ്ട-കൃതി മംഗള-മായിരുന്നു.
കവന ശൈലിയിൽ സൗമ്യ സ്വരമായ-
അമ്മ ചുരത്തിയ മധുര ഗീതങ്ങൾ.
ബഹുജനമെപ്പോഴും വെറുക്കും സത്യവും
കൈവിടാ-നൊരുക്കമില്ല അഹിംസാ ഗാന്ധിയും.

2

സ്നേഹാ-നുതാപ സംസ്കാര നീതിയും
ത്യാഗവും മമതയും നിറഭേദങ്ങൾ.
നാട്യങ്ങളില്ലാതെ ഗീതാ സാരത്തെ
ആത്മാവിൽ ലയിപ്പിച്ചോരമ്മ.
ജീവിത കർമ്മയോഗത്തെ കവിതയാക്കി.

കവിത കർമ്മയോഗത്തെ ജീവിതമാക്കി.
വള്ളത്തോളിൻ തോളിലേറി,
പുതു ചലനങ്ങളെ ചലിപ്പിച്ചു.

3

പുന്നയൂർക്കുളത്തെ ഒഴുകുന്ന ജലമാക്കി.
മകളെ ജനിപ്പിച്ചു കമലാ നദിയാക്കി.
പരുക്കൻ ഖദറിനുള്ളിൽ ശാന്ത സമുദ്ര-
മെങ്കിലുമൊരു ശാന്തമായ് സമുദ്രം.

4

സമഭാവനാ തർക്കം കേട്ടു നിൽക്കും
മക്കൾ ചൊല്ലി: "അമ്മയൊരു കമ്മ്യൂണിസ്റ്റ്."
ഗാന്ധിയെ മാർക്സിലും മാർക്സിനെ ഗാന്ധിയിലും
കണ്ടയമ്മതൻ പേരാണ് ബാലാമണിയമ്മ.

5

ജീവിതത്തിന്നഗാധമാം തിരയടങ്ങും മനസ്സിൻ
പ്രാർത്ഥന കർമ്മമാണെൻ കവിതാ....
ജീവിതത്തിന്നഗാധമാം തിരയടങ്ങും മനസ്സിൻ
പ്രാർത്ഥന കർമ്മമാണെൻ കവിതാ....

14. വൈലോപ്പിള്ളി

കാലഘട്ടം - 1911-1978

കൃതികൾ

[കുടിയൊഴിക്കൽ,കന്നിക്കൊയ്ത്ത്,മാമ്പഴം,
മകരക്കൊയ്ത്ത്,കയ്പവല്ലരി,വിട...]

1

ഒന്നായുണരുന്ന ഭൂലോക സ്വപ്നത്തിൽ
ഒറ്റയ്ക്ക് നടന്നല്ലോ വൈലോപ്പിള്ളി.
അത്യന്താഭാവത്തിൽ ചിന്തിച്ചു ധ്യാനിച്ച്
പൂർണ്ണമാം കവിതകളൊഴുകിയെത്തി.
വേദന തേടിയലഞ്ഞൊരു ബുദ്ധനായ്
സൗഖ്യത്തിൻ കാരണം ചൊല്ലിതന്നു.

2

ആദ്യം വിതച്ചിട്ട വിത്തുകളോരോന്നും
കന്നിക്കൊയ്ത്തിലെ ദാനം ചെയ്തു.

ഒടുക്കം വിതച്ചിട്ട വിത്തുകളോരൊന്നും
മകര-ക്കൊയ്ത്തിലും ദാനം ചെയ്തു.
കവിയായ് ചൊല്ലിടാൻ ലജ്ജിതനായെന്നും
കവിതയൊഴുക്കല്ലോ വൈലോപ്പിള്ളി.

3

കാളിദാസകവി മായാജാലത്തിലൊ
തന്ത്രമായ് മാറിയ കനി മാമ്പഴം.
പ്രണയത്തിൻ കല്പന ഓരോന്ന് ചൊല്ലിയ
കന്നിക്കൊയ്ത്തിലെ വാനമ്പാടി.
യുഗ പരിവർത്തനം ശ്വാസമായ് മാറ്റി-
തൻ ശാസ്ത്രത്തിൻ ബോധവും ഓതി തന്നു.

4

കാക്കയിലും കടൽക്കാക്കയിലും
ഇരുട്ടിനെ സ്നേഹിച്ച കവിതയിലും
കയ്പവല്ലരി പെറ്റ കോമാളി കൂട്ടത്തിൽ
വൈരൂപ്യ സൗന്ദര്യം ആസ്വദിപ്പിൻ.
ക്രൂരയാം പ്രകൃതിയെ വളർത്തു മൃഗമാക്കി,
അപകർഷ ബോധത്തെ കവിതയാക്കി.
കിളിയോട് ക്രൂരത കാണിച്ച ബാലനോ
അന്ധകാരത്തെ ചൊല്ലിത്തന്നു.

5

വിത്തും കൈക്കോട്ടും എത്തി നോക്കിയപ്പോൾ
തീയിടൽ വെളിച്ചത്തിൻ കവിതയായി.
കുടിയൊഴിക്കലിലെ ആത്മാവിൻ വിപ്ലവം
സഹ്യന്റെ മകനിലും കണ്ടുവല്ലോ.
കല്ലുകളേറെയായ് ഏറ്റുവാങ്ങിയ കവി
വെട്ടി തിരുത്തി ജ്വലിച്ചുവല്ലോ.
കന്നി-ക്കൊയ്ത്തിൽ തുടങ്ങിയ ബാലകൻ
മകര-ക്കൊയ്ത്തിൽ കവി രാജാവ്.

15. പാലാ നാരായണൻ നായർ

കാലഘട്ടം - 1911-2008

കൃതികൾ
[കേരളം വളരുന്നു, അമൃതകല, വിളക്കു കൊളുത്തൂ...]

1

കേരനാട്ടിലോരോ പുല്ലിലും
പ്രണയ കണങ്ങൾ നിറയുന്നു.
ചങ്ങമ്പുഴക്കൊപ്പമൊഴുകിയ പുഴ.
പാലായിൽ നിന്നൊഴുകിയ പുഴ.

2

നാടൊരു ലഹരി നാട്ടിൻ ലഹരി,
പുല്ലിലും കല്ലിലും മണ്ണിലും
ആവേശം നുരയും കേര സുഗന്ധം
കണ്ടെത്തുന്നു.

3

ഭ്രാന്താലയമെന്നു വിളി കേട്ടിട്ടും
പെറ്റമ്മയെ മറന്നീല മകൻ.
പാടുകയല്ല കേരളം
പാടിച്ചതാണ് വീണയിൽ.

4

സമത്വ സുന്ദര ലോകം
സ്വപ്നം കണ്ടെന്നാകിലും
സ്വതന്ത്ര ജീവിതം
പാരതന്ത്രത്തേക്കാൾ
മോശമോ?

5

ചിന്തയിൽ ഗാന്ധിയുണർന്നു
ഗാന്ധിയെ ഗാനമായെഴുതി.
മഹാകാവ്യമായെഴുതി.
സത്യാന്വേഷണ കഥ,
പരിഹാരമാകുമോ?

16. കൃഷ്ണവാരിയർ എൻ.വി

കാലഘട്ടം - 1916 -1989

കൃതികൾ

[ഗാന്ധിയും ഗോഡ്സെയും,വിദ്യാപതി,ചാട്ടവാർ,
നീണ്ട കവിതകൾ,അക്ഷരം പഠിക്കുവിൻ ...]

1

ഒളിപ്പോരാളിയായ്
സേനാനിയായ്
18 ഭാഷയിൽ
പണ്ഡിതനായി.

2

അന്ധമാരാധനമൊന്നുമില്ല
ഭാരത ചിന്തയൊന്നുമാത്രം
ചിന്തയിൻ ചിതയിൽ

ജ്വലിക്കും ജ്വാലയായ്,

3

കർത്തവ്യങ്ങൾ മറന്നിടാതെ
മറന്നിടാതെ ധീര സോദരരെ.
അഹിംസാ സൈന്യത്തിന്
ശക്തിയേകൂ സോദരരെ.

4

ചാട്ടയിൽ വാറാകൂ
പടവാളാകൂ, പടവാളാകൂ
പഴയ പാട്ടിലെ കുരിശു യുദ്ധം.
കവിതയിലൂടൊരു സമരം.
ഒളിപ്പോരല്ലിത്
യുക്തി യുദ്ധം. യുക്തി യുദ്ധം.
എൻ കുരിശു യുദ്ധം.
എൻ.വിയുടെ ഹൃദയം: -
എങ്ങു മനുഷ്യന് ചങ്ങല കൈകളി
ലെങ്ങൻ കയ്യുകൾ നൊന്തീടുകയാ-
നെങ്ങോ മർദ്ദനം അവിടെ പ്രഹരം
വീഴുവതെന്റെ പുറത്താകുന്നു.

17. ജി. കുമാരപിള്ള

കാലഘട്ടം - 1923-2000

കൃതികൾ

[അരളിപ്പൂക്കൾ,മരുഭൂമിയുടെ കിനാവുകൾ,ഓർമ്മയുടെ
സുഗന്ധം, സപ്ത സ്വരം....]

1

സപ്ത സ്വരങ്ങളിൽ ആദ്യ സ്വരമായ്
സത്യവും രാഗവും മമതയും ഗദ്ഗദവും
പിന്നെ ഒഴുകി പരിഹാസവും ധർമ്മ
രോഷ നിന്ദാ-ഭാവങ്ങളു-മെല്ലാം
കാവ്യ പ്രഭാത പൂജയിൽ ചൊല്ലിയത്
ഉണരൂ ഉയരൂ ജഡത്തിൽ നിന്നുയരൂ.
സ്നേഹത്തിൻ ഗാനങ്ങൾ ചൊല്ലിയ
മന്നന് ഈശ്വരലീല ആവശ്യമോ?
മാതളപ്പൂവിലും അരളിപ്പൂവിലും
ജീവിത ഭാവങ്ങൾ ഇല്ലെന്നാണോ?
കൈതപ്പൂവിലും മുല്ലപ്പൂവിലും
ജീവിത ഗാനങ്ങൾ ഒളിച്ചിരുന്നു.

കൊന്നപ്പൂവിലും ആമ്പൽപൂവിലും
പുല്ലാങ്കുഴലിൻ നിഴലുകളായി.
പാതിരാ പൂവിലും പാല പൂവിലും
എന്തും വരട്ടെയെന്നന്ത്യഭാവം.
പൂക്കാലം വന്നപ്പോൾ പൂത്തതല്ല.
മത്സരിച്ചോടിയ പൂക്കളല്ല.

2

മുറ്റത്തെ കോകിലം പെട്ടൊ
ന്നൊരുനാളിൽ ക്രൂരനാം
കാകനായ് മാറിയില്ലേ?
ശോകമായ് തുടങ്ങിയ
ഗാനങ്ങളെല്ലാം
ഗർജ്ജനമായ് മാറിയല്ലോ.
കൂരായണീയത്തിൽ
നിർമ്മിച്ച വാങ്മയം
കുന്തംവിഴുങ്ങി തിരുട വാക്യത്തിലും
ഇടംവലം നോക്കാതെ
വാൾ വീശി കവി.
കൊടുംവരൾച്ചയിലും
അലിവായല്ലോ.

3

ഹേമന്ത കാലത്തുറപ്പിച്ച
വാക്യങ്ങൾ

പൊട്ടിച്ചിരിയായ് മാറിയല്ലോ.
ഹിമക്കട്ട ചിരികൾ ചിരിപ്പിക്കും
കവിതകൾ
ആദിത്യ ചിന്തയിൽ കണ്ണീരായി.
വെറുതെയിരുന്നു കരഞ്ഞതല്ല കവി,
സൂര്യ താപത്തിൽ അലിഞ്ഞതാണ്.
പൂക്കാലം വന്നപ്പോൾ പൂത്തതല്ല
മത്സരിച്ചോടിയ പൂക്കളല്ല.
വെറുതെയിരുന്നു കരഞ്ഞതല്ല കവി,
സൂര്യതാപത്തിൽ അലിഞ്ഞതാണ്.
പൂക്കാലം വന്നപ്പോൾ പൂത്തതല്ല
മത്സരിച്ചോടിയ പൂക്കളല്ല.
പൂക്കാലം വന്നപ്പോൾ പൂത്തതല്ല
മത്സരിച്ചോടിയ പൂക്കളല്ല.
പൂക്കാലം വന്നപ്പോൾ പൂത്തതല്ല
മത്സരിച്ചോടിയ പൂക്കളല്ല.

#

[കവിതകൾ ജനിക്കുന്നതാണ്, ജീവിക്കുന്നതാണ്.
കുമാരപിള്ളയെ കുറിച്ച് ജിയുടെ വിശേഷണങ്ങൾ
ലീലാവതി ടീച്ചറുടെ കവിത ചരിത്ര ഗ്രന്ഥം വായിച്ച
പ്പോൾ പ്രചോദിതമായി എഴുതിയ വരികൾ]

18. ഒളപ്പമണ്ണ

കാലഘട്ടം - 1923-2001

കൃതികൾ
[വീണ, കൽപ്പന, കുളമ്പടി, കിലുങ്ങുന്ന കയ്യാമം, പാഞ്ചാലി, നങ്ങേമകുട്ടി....]

1

ബുദ്ധനായി കൊട്ടാരത്തിൽ നിന്നുമിറങ്ങി,
മർദ്ദിതർക്കായ് പാടി വിപ്ലവ കവി.
പിന്നെയൊരു മൗനം, ദീർ-ഘ മൗനം.
വാചാ-ല ദീർഘ മൗനം.

2

കാലം മനസ്സിനെ തൊട്ടറിഞ്ഞ കാലം.
വിപ്ലവം ഒറ്റക്കല്ലിൽ കൊത്തിയെടുക്കാൻ
കഴിയില്ലല്ലോ.
വീണയിലും കല്പനയിലും കുളമ്പടിയിലും
കിലുങ്ങുന്ന കയ്യാമത്തിലും
മാറ്റൊലികൾ മാറ്റുരയ്ക്കും കവിതകളല്ലോ.

3

ശ്മശാനത്തിൽ മാംസം ഭക്ഷിക്കും
മനുഷ്യനെ വരയ്ക്കാൻ മടിയില്ലാ
ഉറക്കു പാട്ടുകളരുതെന്ന് ചൊല്ലി
ഉണർത്തുപാട്ടുകൾ പാടുക സഹോ;
കഷ്ടപ്പാടിനെ താരാട്ട് പാടി ഉറക്കുകില്ലാ,
കർഷകൻപ്പോലുമുണർന്ന പുതുനൂറ്റാണ്ടിൽ.

4

ആർഷ സംസ്കാര വീമ്പുകൾ ചൊല്ലാതെ
സംസ്കരിച്ചീടണം ആയുധ സംസ്കാരം.
ചൂഷക വർഗ്ഗം നശിച്ചീടണം
എങ്കിലുമൊരു വർഗ്ഗസ്വഭാവം മായ്ച്ചുകളയുക
അസാധ്യമെന്ന് ചൊല്ലി.
പുള്ളിപോൽ പുള്ളിപുലിയുടെ.
സംസ്കൃത ചിത്തർതൻ ആത്മീയ സൗന്ദര്യം
വെറും സങ്കൽപ്പകാന്തിയാം മുഖമൂടിയോ?
കണ്ണീർക്കയങ്ങളിൽ മുത്തുകളോരോന്നും
പാഞ്ചാലി നങ്ങേമ-കുട്ടിയായി.
പൊള്ളത്തരങ്ങളും പൊങ്ങ-ച്ചങ്ങളും
നിഴലാന കവിതയിൽ ആയുധമായ്.

5

മെഴുകുതിരിയിലെ തിരിനാളമല്ലിത്

വില്ലിൽ തൊടുത്ത അമ്പുപോലെ.
മെഴുകുതിരിയിലെ തിരിനാളമല്ലിത്
വില്ലിൽ തൊടുത്ത അമ്പുപോലെ.
മെഴുകുതിരിയിലെ തിരിനാളമല്ലിത്
വില്ലിൽ തൊടുത്ത അമ്പുപോലെ.

19. പി. ഭാസ്കരൻ

കാലഘട്ടം - 1924-2007

കൃതികൾ

[കവിതാ സമാഹാരം : - പി ഭാസ്കരന്റെ കൃതികൾ]

മുഖവുര

പതിനാറ് വയസിൽ തന്നെ, എന്റെ തൂലിക പടവാളാണ് എന്ന് പറഞ്ഞ കവി. എനിക്ക് പ്രിയപ്പെട്ട, പി ഭാസ്കരന്റെ ഒരു പ്രസിദ്ധ ഗാനത്തിന്റെ രീതിയിൽ ചിട്ടപ്പെടുത്തിയത്.

1

അറിവിൻ പൂവൊരു മുറിവിൻ പക്ഷിയായ്
ആകാശ നീലയിൽ പറന്നീടുന്നു.
മുറിവിൻ കവിതയിൽ വീണയിൻ പടവാളിൽ
തൂലികാ ഗർജ്ജനം ഒളിച്ചുവെച്ചു.
തൂലികാ ഗർജ്ജനം ഒളിച്ചുവെച്ചു.

2

വില്ലാളിയിലൊരു വില്ലിൻ ശക്തിയായി
വയലാർ ഗർജ്ജനം ഉദിച്ചുവന്നു.
വയലാർ ഗർജ്ജനം ഉദിച്ചുവന്നു.

3

വിപ്ലവ ചിന്തയിൽ തൂലിക ചലിച്ചപ്പോൾ,
നിർജ്ജീവ ജീവനും ഉണർന്നു വന്നു.
വിപ്ലവ ചിന്തയിൽ തൂലിക ചലിച്ചപ്പോൾ,
നിർജ്ജീവ ജീവനും ഉണർന്നു വന്നു.

4

കല്ലിനെ നെഞ്ചിലും നെഞ്ചിനെ കല്ലിലും
സ്നേഹോർജ്ജമായി നീ തിരിച്ചറിഞ്ഞു.
തളിരിട്ട കുമ്പിളിൽ പ്രേമ സംഗീതമായ്
അല്ലിയാമ്പൽ കടവിൽ നീ വന്നിരുന്നു.
വൃശ്ചിക രാത്രിയിൽ നിലാവിൻ മുറ്റത്തൊരു
സ്വപ്നത്തിൻ ചിറകുയുമായ് വന്നിരുന്നു.
ഇന്നലെ നീയൊരു സുന്ദര ഗാനമായ്
പൊന്നോട കുഴലിൽ വന്നൊളിച്ചിരുന്നു.

20. തിരുനല്ലൂർ കരുണാകരൻ

കാലഘട്ടം - 1924 -2006

കൃതികൾ
[സമാഗമം,മഞ്ഞുതുള്ളികൾ,റാണി,രാത്രി,പ്രേമം
മധുരമാണ് ധീരവുമാണ്. ഗ്രീഷ്മസന്ധ്യകൾ,
വയലാർ,അന്തി മയങ്ങുമ്പോൾ...]

1

വിപ്ലവ ശബ്ദത്തിൻ കണങ്ങളിലെല്ലാം
പ്രേമത്തിൻ പൂക്കൾ ഒളിച്ചിരുന്നു.
പ്രണയ ലേപനം മധുരമാണെങ്കിലും
പ്രേമിക്കാൻ കഴിയാതെ മണ്ണടിയുന്നോർ.
പടവെട്ടി വഴിവെട്ടി തളരാതെ അടരാടിയ
മർദ്ദിത മന്നന്മാർ,
തിരുനല്ലൂർ കരുണയിൽ ഓളം വെട്ടി.
ആർദ്രമാം മനധാരിൽ നിന്നുമുയരുന്ന
കണ്ണീരിൽ സത്യങ്ങൾ ഒളിച്ചുവെച്ചു.
ജന്മിയെ തോൽപ്പിക്കാൻ ഒരുമിക്കും
ശക്തിയവൾ,
പ്രണയഭംഗത്തിൽ പൊയ്കയിൽ

മുങ്ങുന്നു.
ദിശയെന്തെന്നറിയാം
മാനവ മൂല്യമെന്തെന്നറിയാം
പതർച്ചയില്ലാതെ
ഇടർച്ചയില്ലാതെ
മുന്നോട്ട് കാൽവെച്ചു
നയിച്ചിടേണം.

തിരുനല്ലൂർ കവിതയിൽ നിന്നും

കൊല്ലാൻ മരിക്കാൻ പറഞ്ഞു വിജ്ഞാനികൾ
കൊല്ലാൻ മരിക്കാൻ കുറച്ചജ്ഞാനികൾ

21. ചെമ്മനം ചാക്കോ

കാലഘട്ടം - 1926-2018

കൃതികൾ
[കനകാക്ഷരങ്ങൾ, നെല്ല്, ഇന്ന്, പുത്തരി,അസ്ത്രം,
ആവനാഴി,രാജപാത, ദാഹജലം]

1

ഇല്ലിനിയഴിമതിയെന്നു ചൊല്ലിയ
നിമിഷം മറന്നു പോയ് പറഞ്ഞു പോയ്
പകുതി പകുതിയായി വീതിച്ചിടാം.

2

ചെലവ് ചുരുക്കണമെന്ന് പാടുവാൻ
പുറപ്പെട്ട് കോടികൾ ചിലവാക്കി പാടിനടന്നു.

3

കുമാരനാശാനെ കുറിച്ച് പാടും നേരം
മന്ത്രി ചൊല്ലി ബോട്ടു മരണം നിരോധിക്കണം
ഇന്നല്ലെങ്കിൽ നാളെ നിരോധിക്കണം

കവികളെ മരിക്കാൻ സമ്മതിക്കരുത്.

4

അമ്പെയ്തുകൊണ്ട് പൊതു മണ്ഡലത്തിൽ
തറച്ചതോരോന്നും അധികാരക്കൊതിയിൽ.
അഴിമതിയിൽ ജാതിക്കറകളിൽ.
വക്രോക്തി വിരുദ്ധോക്തി അതിശ-യോക്തി
വിപരീത ലക്ഷണ പരിണാമ സൂക്തങ്ങൾ.

5

യന്ത്രശാല പോൽ തന്ത്രശാലിയായ്.
ചെമ്മനം ഹാസ്യങ്ങൾ-പൊട്ടിത്തെറിച്ചു,
മലയാള ലോകം പൊട്ടിച്ചിരിച്ചു.
യന്ത്രശാല പോൽ തന്ത്രശാലിയായ്.
ചെമ്മനം ഹാസ്യങ്ങൾ-പൊട്ടിത്തെറിച്ചു
മലയാള ലോകം പൊട്ടിച്ചിരിച്ചു.

22. അക്കിത്തം

കാലഘട്ടം - 1926-2020

കൃതികൾ
[ഇരുപതാം നൂറ്റാണ്ടിന്റെ ഇതിഹാസം, ബലിദർശനം,
ഇടിഞ്ഞു പൊളിഞ്ഞ ലോകം]

1

ഗതിച്യുതി വ്യഥകളെ മധുബിന്ദുക്കളാക്കി-
യെന്നെ പകൽ വെളിച്ചത്തിൽ നഗ്നനാക്കി.
ദിവ്യമില്ലാമേതുമിനിക്കില്ലായെന്ന് മാത്രമാത്ഭുതം
പച്ചമണ്ണിൽ നിൽക്കും വാനരൻ ഞാൻ.
ബാഷ്പാമൃത കണ സ്നേഹത്തിൽ സത്യം
സ്നേഹത്തിൻ ബാഷ്പാഅമൃതം.
മനുഷ്യ മനസുതാൻ മനുഷ്യന്നാത്മാവ്.
മതിലുകളില്ലാ അതിരുകളില്ലാ ലോകം.
ഇന്ദ്രീയ സുഖ സത്യം ആത്മീയ സൗന്ദര്യം.
നരദർശനാനുഭവം ഈശ്വരൻ താൻ.
താരാവിൻ കൂട്ടത്തിൽ കാപട്യമേതുമില്ലാ-
ത്തൊര-രയന്ന കുഞ്ഞായ് മാറിയ അക്കിത്തം.
കർഷകന്റെ കതിരുകൾ കൊയ്ത മേലാളർ
തൊഴിലാളി നെയ്ത പട്ടു പുതച്ച ദിവ്യന്മാർ.

അക്കിത്തം :
സ്വർഗ്ഗത്തിൽ പിറന്നുവീണൊരുണ്ണി
ഉറക്കെ ചൊല്ലി:
"വെളിച്ചം ദുഃഖമാണുണ്ണി തമസ്സല്ലോ
സുഖപ്രദം."
സത്യമതെങ്കിലുമൊരു കണ്ണീർക്കണം പൊഴിക്കയാണ
ക്കിത്തമാത്മാവിൻ സൗരമണ്ഡലത്തിൽ.

23. കുഞ്ഞുണ്ണി മാഷ്

കാലഘട്ടം - 1927-2006

കൃതികൾ
[കുഞ്ഞുണ്ണി കവിതകൾ]

1

കുഞ്ഞു കവിതയിൽ
പ്രപഞ്ചവിസ്ഫോടനം
വെളിച്ചപാടാകാതെ
വെളിച്ചമായി വെളിപാടായി
തെളിച്ചമായി തെളിഞ്ഞു.
കുഞ്ഞുകവി മഹാകവി.
മഹാകവി കുഞ്ഞുകവി.

24. കക്കാട് എൻ.എൻ

കാലഘട്ടം - 1927-1987

കൃതികൾ
[ശലഭ ഗീതം,1963,പാതാളത്തിന്റെ മുഴക്കം,വജ്ര
കുണ്ഡലം....]

1

പുതു കവി യാത്രയിൽ ആധുനികനായി
ഒട്ടേറെ കവിതകൾ രചിച്ചുവല്ലോ
ആധുനികതയിലും പാരമ്പര്യം കണ്ടു
ഇന്ത്യയെ കണ്ടെത്തി പാട്ടുകളായ്
പെരുവഴി പോകാതെ പുതുവഴി
വെട്ടിയ ധീരനായിരുന്നു എന്നുമെന്നും
ആശയമോരൊന്നും കാച്ചിക്കുറുക്കിയ
കഷായ ലേഹ്യങ്ങൾ പോലെയല്ലോ.
ഭൂലോകരെല്ലാരും പാടിത്തിമിർത്തോരു
ഗാനങ്ങൾ പലതുണ്ട് ശേഖരത്തിൽ
വ്യതമിളയ്ക്കില്ല ഞാൻ എന്നുമീ നട്ടെല്ലിൽ
വിളഞ്ഞത് വെളിവുകൾ മാത്രമാണ്.
സഫലമീ യാത്രകൾ പാടിയ കക്കാടിൻ
വാക്കുകളോരോന്നും സാഫല്യമായി.

25. കാവാലം നാരായണ പണിക്കർ

കാലഘട്ടം - 1928 -2016

കൃതികൾ

[കാവാലം കവിതകൾ, മൂല പർവം, ആവാഹന പർവം, പ്രവാസ പർവം,കലി സന്തരണം..]

1

നാടകം കവിതയിൽ കാണുന്ന കാവാലം,
കവിതയിൽ കാവാല നാടകം.
ശബ്ദ വിന്യാസത്തിൽ
മുത്തുകൾ മൊഴിയുന്ന കാവാലം.
ഭാവന പൂക്കളായ് കാവാല നാടകം.
തക തിമിധ തക തിമിധ തക തിമിധ

2

നാടൻ പാട്ടായി മാറുന്ന കവിത,
നാടൻ കലയായി മാറുന്ന കവിത.

തക തിമിധ തക തിമിധ തക തിമിധ

3

• 56 •

തെയ്യത്തിൻ നൃത്തത്തിലൊരു കവിത.
ചെണ്ടമേളത്തിലും ഒരു കവിത.
തക തിമിധ തക തിമിധ തക തിമിധ
നാടകം കവിതയിൽ കാണുന്ന കാവാലം,
കവിതയിൽ കാവാല നാടകം.

26. വയലാർ രാമവർമ്മ

കാലഘട്ടം - 1928-1975

കൃതികൾ

[കൊന്തയും പൂണൂലും,ദേവീ വിഗ്രഹം,ഗലീലിയോ,
പശയുള്ള വരമ്പ്,ഒരു ദൈവം കൂടി...]

1

വസന്തമേ...വസന്തമേ....
വിജ്ഞേയ സൂര്യ വിപ്ലവം.
വസന്തമേ...വസന്തമേ....
വിജ്ഞേയ സൂര്യ വിപ്ലവം.

2

ചങ്ങമ്പുഴയും ജിയുമെല്ലാം
കൂടിയാടിയ വിപ്ലവം.
വയലാറിൻ വിപ്ലവം
വാചാല വിപ്ലവം
കൊന്തപൂണൂൽ വിപ്ലവം

3

മർദ്ദിതർക്ക് മോചനം.
മയക്കു മതത്തെ വടുതല.
മോചനം.... മോചനം....
മാനവർക്ക് മോചനം...
മനസ് തടവറ-യിൽ നിന്നും മോചനം...

4

വസന്തമേ...വസന്തമേ....
വിജ്ഞേയ സൂര്യ വിപ്ലവം.
ചങ്ങമ്പുഴയും ജിയുമെല്ലാം
കൂടിയാടിയ വിപ്ലവം.
വയലാറിൻ വിപ്ലവം
വാചാല വിപ്ലവം
കൊന്തപൂണ്ടൂൽ വിപ്ലവം.
മനുഷ്യൻ മതങ്ങളെ സൃഷ്ടിച്ചു....

27. ഡോക്ടർ കെ. അയ്യപ്പപ്പണിക്കർ

കാലഘട്ടം - 1930-2006

കൃതികൾ

[കള്ളൻ, അഗ്നിപൂജ, പകലുകൾ രാത്രികൾ,ഗോപിക ദണ്ഡകം,പൂക്കാതിരിക്കാൻ എനിക്കാവതില്ല...]

1

വ്യത്യസ്തമായൊരു ഭാവുകത്വം
കാവ്യരൂപാത്മ പ്രേമം തളിരെടുത്തു.
യുദ്ധവും ക്ഷാമവും എഴുതുകില്ലാ
കണ്ണീർ കീശയിൽ വീണതില്ല.
വെറുമൊരു കള്ളനിൽ കവിത കണ്ടു.
ആക്ഷേപ ഹാസ്യവും ഒഴുകിയെത്തി.
വെറുമൊരു കള്ളനിൽ കവിത കണ്ടു.
ആക്ഷേപ ഹാസ്യവും ഒഴുകിയെത്തി.

2

കാർട്ടൂൺ കവിതകൾ കൊട്ടി തുടങ്ങി
ഇടക്കയിൽ ചെണ്ടയിൽ താളബോധത്തിൽ
കാർട്ടൂൺ കവിതകൾ കൊട്ടി തുടങ്ങി
ഇടക്കയിൽ ചെണ്ടയിൽ താളബോധത്തിൽ

3

ഇടങ്കാലിൻ ചെളി ചവിട്ടി ഉരുട്ടി.
വലങ്കാൽ കൊണ്ട് തെറിപ്പിച്ചു.
വലങ്കാലിൻ ചെളി ചവിട്ടി ഉരുട്ടി.
ഇടങ്കാൽ കൊണ്ട് തെറിപ്പിച്ചു.
ഇടതും വലതും
തെറിപ്പിച്ചു, തെറിപ്പിച്ചു.

4

ഇങ്ങനെ ചൊല്ലിയ കവിമോഹമെന്നും
തത്തമ്മയാകാ-നായിരുന്നു.
തത്തമ്മയാവാൻ മോഹിച്ച കവിയന്ന്
കൊത്തിപ്പറയ്ക്കും കഴുകനായി.
എങ്കിലുമൊടുങ്ങാത്ത ജ്വലിക്കും തീനാളം
എങ്കിലുമൊടുങ്ങാത്ത ജ്വലിക്കും തീനാളം
ഉണ്മയായ് വെണ്മയായ് മാറിടുന്നു.
ഉണ്മയായ് വെണ്മയായ് മാറിടുന്നു.

28. ഒ.എൻ.വി കുറുപ്പ്

കാലഘട്ടം - 1931-2016

കൃതികൾ

[ദാഹിക്കുന്ന പാനപാത്രം, ഭൂമിക്കൊരു ചരമ ഗീതം, അക്ഷരം,ഉപ്പ്, അഗ്നി ശലഭങ്ങൾ, മൃഗയ, അപരാഹ്നം.]

1

അരുണകാന്തി പുലരും സ്വപ്നം
കണ്ട നാളുകൾ
ചുവന്നകാന്തി പുലരി സ്വപ്നം
കണ്ട നാളുകൾ
സ്വപനഭംഗ മരണദൂതുണർത്തും വരികളോ
വാക്കുകൾ...പാട്ടുകൾ...മോഹഭംഗങ്ങൾ
ആത്മാവിൻ ലഹരിയായി മാറി
സ്മൃതി ഓർമ്മകൾ -സ്മൃതി ലഹരിയിൽ

2

സാധ്യമല്ലെനിക്കൊരിക്കലുമിനി,
സ്വയം എരിഞ്ഞടങ്ങും എണ്ണയായ് തീരുവാൻ;
സാധ്യമല്ലെനിക്കൊരിക്കലുമിനി,

സ്വയം എരിഞ്ഞടങ്ങും എണ്ണയായ് തീരുവാൻ.

3

ചുവന്ന പൂക്കൾ കൊഴിഞ്ഞു പോയ
വിഭജനം....ബാക്കിയായി വാക്കുകൾ.
ബാക്കിയായി എൻ മോഹ വാക്കുകൾ.
ബാക്കിയായി എൻ മോഹ വാക്കുകൾ.

4

ഭൂമാതാ ഭാവ സ്വപ്ന ഭംഗമായ് -രോദനം
ചരമഗീതമായ് -രോദനം.
ബാക്കിയായി എൻ മോഹ വാക്കുകൾ.
ബാക്കിയായി എൻ മോഹ വാക്കുകൾ.
സ്വപനഭംഗ മരണദൂതുണർത്തും വരികളോ
വാക്കുകൾ...പാട്ടുകൾ...മോഹഭംഗങ്ങൾ.

29. ആറ്റൂർ രവിവർമ്മ

കാലഘട്ടം - 1931 -2019

കൃതികൾ
[കവിത, ആറ്റൂർ കവിതകൾ..]

1

ഇദാന്തന്വേഷണ ബോധ്യമായ്
പാരമ്പര്യത്തെ നിരസിച്ചു.
വർത്തമാനകാല വൈരുദ്ധ്യം
വൈരുദ്ധ്യങ്ങളായി കുത്തി നോവിച്ചു.
നിന്ദിച്ചു പരിഹസിച്ചു.

2

എന്തിനു നഷ്ടസ്വർഗ്ഗമോർക്കണം?
ഭോഗ മധുര കാലത്തിൻ സ്വർഗ്ഗത്തിൽ
ഏട്ടിലെ ഭാരത ദർശനം
ഏട്ടിൽ ചിതലരിച്ചെട്ടായി തകർന്നാ-
ആറ്റൂരാട്ടിൽ കുതിർന്നു താഴ്ന്നു.
നങ്കൂരമില്ലാത്തലച്ചിൽ ഭ്രാന്തിൻ
ഭാവന കവിതകൾ ഭ്രാന്തുതന്നെ.

3

ശൃംഗാരവും ഭക്തിയും പ്രേമവും
നൂറായി നുറുങ്ങട്ടെ ഒഴിഞ്ഞൊട്ടിയ
വയറിനു മുന്നിലും
ശൂന്യമാം ഉച്ചക്കഞ്ഞി
പാത്രത്തിന്നു മുമ്പിലും.

4

ശ്മശാനങ്ങൾ വെട്ടി തുറക്കേണ്ട
സംക്രമണ കാലഘട്ടമെങ്കിലും
ചീഞ്ഞു നാറിയ ശവങ്ങളെ
ഓർമ്മയില്ലാവിധം സംസ്കരിക്കണം.
പകലേ നമ്മൾ വെട്ടിയ നീളം മുഴുവൻ
ഒരു വലിയാൽ പുറകോട്ടേയ്ക്കല്ല...
ആർഷമായൊരു ശവങ്ങളിൽ യുക്തി
ശസ്ത്രക്രിയ ചെയ്തിടേണം.

5

സൂര്യനിൽ കവിത കറുത്ത ജ്വാലയായ്
കത്തുന്നു. ജ്വാലയ്ക്ക് കറുത്ത നിറമോ?
മധുരപ്പായസം വിളമ്പാൻ ഒരുക്കമില്ല.
ജ്വലിക്കട്ടെ കറുത്ത ജ്വാലകൾ.
മധുരപ്പായസം വിളമ്പാൻ ഒരുക്കമില്ല.

ജ്വലിക്കട്ടെ കറുത്ത ജ്വാലകൾ.

ജ്വലിക്കട്ടെ കറുത്ത ജ്വാലകൾ.

30. എം.എൻ പാലൂർ

കാലഘട്ടം - 1932 -2018

കൃതികൾ

[കലികാലം, പേടിത്തൊണ്ടൻ , തീർത്ഥ യാത്ര, ഭംഗിയും
അഭംഗിയും...]

1

മനുഷ്യനെ പേടിച്ചു പുറത്തിറങ്ങാത്ത
പേടിത്തൊണ്ടനാം ദൈവം.
ഗതിയില്ലീശ്വരൻ രക്ഷ-പ്പെടാനായ്
മനുഷ്യന് മുന്നിൽ യാചിക്കുന്നു.
ദയാലു നരന്മാർ ദേവന്മാർക്കായി
ജയിലുകൾ കോട്ടകൾ പണിതീടുന്നു.
സുരക്ഷിതമായൊരു ജയിലിൽ ഈശ്വരൻ
ഭിക്ഷക്കായി കൈ നീട്ടി.
തുട്ടും സ്വർണ്ണവും എറിഞ്ഞു കൊടുത്ത്
രക്ഷിക്കുന്നു ഭഗവാനെ.
സ്വർണ്ണം കാൺകെ ഭഗവാനൊരു സുഖം.
മാനവനൊരു സുഖം പൂജാരിക്കും.

അലക്കി തേച്ച സ്യൂട്ടിട്ടീശ്വരൻ
കഷ്ടിച്ചെലിയെറ്റെന്നു പറഞ്ഞാൽ
പൊങ്ങി പൊങ്ങി പണ്ഡിതനാകും.
ഉപദേശ-ഔദാര്യങ്ങൾ
എത്തി ചേരും കലികാലത്ത്.
കലിയാകാതെ കളിയാകാതെ
അന്വേഷിക്കും അറിവാകാൻ.

31. മാധവിക്കുട്ടി/ കമല ദാസ്

കാലഘട്ടം - 1934-2009

[The Sirens, Summer in Calcutta, Everest Press, An Introduction, The Descendants, The Old Playhouse and Other Poems, Orient Longman, The Stranger Time.]

മുഖവുര

[മലയാളത്തിൽ കവിത രചനകൾ നടത്തിയ കവികളെയാണ് പ്രത്യേകമായും ഈ പുസ്തകത്തിൽ ഉൾപ്പെടുത്തിയിരിക്കുന്നതെങ്കിലും മലയാളത്തിൽ നിരവധി പുസ്തകങ്ങൾ എഴുതിയ, ഇംഗ്ലീഷിലും കവിതകൾ എഴുതിയ കമല ദാസിനും/കമല സുരയ്യയ്ക്കും എന്റെ സമർപ്പണം.]

1

ആദ്യമായി ഒറ്റപ്പെട്ടത്
നാലപ്പാട്ട് വീട്ടിലെ മുറികളിൽ
മുത്തശ്ശിയെ നഷ്ടപ്പെട്ടപ്പോഴായിരുന്നു.

ഭൂമിയെ എനിക്ക് നഷ്ടപ്പെട്ടത്,
മുത്തശ്ശിയെ നഷ്ടപ്പെട്ടപ്പോഴായിരുന്നു.
അമ്മയുടെ തിരക്കുകളിൽ
അമ്മയെയും എനിക്ക് നഷ്ടപ്പെട്ടു.
ഇരുട്ടിൽ ഞാൻ ഒറ്റയ്ക്കായി.

2

ഭാഷ എന്റെ ജാതിയല്ല, മതമല്ല.
ഭാഷ എനിക്ക് സംഗീതമാണ്.
രാഷ്ട്രീയത്തിൽ എനിക്ക് താല്പര്യമില്ല.
ഒറ്റപ്പെട്ടു പോയെന്നെ കൂടുതൽ
ഒറ്റപ്പെടുത്താൻ എനിക്ക് താല്പര്യമില്ല.

3

വിവാഹത്തോടെ ഞാൻ
പരിപൂർണ്ണമായി ഒറ്റയ്ക്കായി.
മരുഭൂമിയിലെന്ന പോലെ.
അതോടെ ഞാൻ പുരുഷന്മാരുടെ
വേഷമണിയാൻ തുടങ്ങി.
ശക്തിയുള്ളവരുടെ ലക്ഷണം
കരച്ചിലല്ല, പുഞ്ചിരിയാണത്രെ.
അങ്ങനെ ഞാൻ പുഞ്ചിരിക്കാൻ തുടങ്ങി.
കമലയുടെ പുഞ്ചിരി.

4

പ്രകാശത്തോട് എനിക്ക് പ്രണയമായിരുന്നു.
ഇരുട്ടിൽ പ്രകാശം തേടിപോയതാണ്,
പക്ഷെ കൂടുതൽ ഇരുട്ടിലായി.
ഇരുട്ടിനെയും പ്രണയിക്കാൻ തുടങ്ങി,
ഇരുട്ടിലിരുന്ന് ഭ്രാന്തമായ്,
ചിരിക്കാൻ തുടങ്ങി.
കമലയുടെ ചിരി.

32. സുഗതകുമാരി

കാലഘട്ടം - 1934-2020

കൃതികൾ

[രാത്രിമഴ,മുത്തുച്ചിപ്പി,സ്വപ്നഭൂമി,ഇരുൾ
ചിറകുകൾ,രാധയെവിടെ,തുലാവർഷപ്പച്ച,
കുറിഞ്ഞിപ്പൂക്കൾ...]

1

മുത്തുച്ചിപ്പിയിൽ
വീണൊരു തുള്ളിയിൽ
അനന്തമാം ജീവിത
ദുഃഖസത്യം കാൺകെ,

2

ബന്ധിതമാം ആത്മാവിന്ന്
കൂടുവിട്ടു പറക്കുവാൻ
ആവതില്ല, ആവതില്ല
ഇരുളിൻ വിരഹ ഭീതിയിൽ.

3

കാളിയനെ മാറ്റിയെഴുതി
കാളീയമർദ്ദനത്തിൽ
അഹന്താന്ധതയും
വേദനയും വിഷമായി
ഒഴുക്കി കളയും പത്തി
വിടർത്തിയാടുന്ന കാളിയൻ.

4

ആവർത്തനത്താൽ
വിരസമാവാത്തതായ്
പ്രേമമൊന്നല്ലാതെയെന്തു പാരിൽ?

5

നിഷ്കാമ പ്രേമം
തിളങ്ങിയ കാടാണ്.
രാധ കണ്ണനെ
തേടിയലഞ്ഞ കാടാണ്.

6

രാധാ-കൃഷ്ണാ നീയെന്നെ
അറിയില്ലിപ്പോൾ,

നിന്നെ തേടിയ
കാടുകളിരുളിൽ മറഞ്ഞല്ലോ.
കാടും പുഴയും മണ്ണും
സ്ത്രീയും ഹിംസക്കിരയാകുന്നു.
കണ്ണനെ തേടിയലയുവാൻ കണ്ണില്ല.
കാടില്ല. പുഴയില്ല. മണ്ണില്ല.
കൂട്ടുകൂടാൻ മരമില്ല, കൂടുമില്ല.
മരങ്ങൾ തേടി പറക്കും കിളിയുടെ
രോദനമാ-ണെൻ ശബ്ദപതർച്ചകൾ.
ഇരുളത്ത് വീഴുന്ന പെണ്ണിന്റെ
രോദനം കേൾക്കവേ,
ദൈവത്തിൻ സ്വന്തം നാടെന്ന്
പാടുന്നതെങ്ങനെ?

കവിയുടെ വരികൾ

രാത്രി മഴ ചുമ്മാതെ
കേണും ചിരിച്ചും
വിതുമ്പിയും നിർത്താതെ
പിറുപിറുത്തും മുടിയിട്ടുലച്ചും
കുനിഞ്ഞിരിക്കുന്നൊരു യുവതിയാം
ഭ്രാന്തിയെപ്പോലെ.

33. കടമ്മനിട്ട രാമകൃഷ്ണൻ

കാലഘട്ടം - 1935 -2008

കൃതികൾ

[കുറത്തി,കടിഞ്ഞൂൽ പൊട്ടൻ, മഴപെയ്യുന്നു മദ്ദളം കൊട്ടുന്നു,കടമ്മനിട്ടയുടെ കവിതകൾ,വെള്ളിവെളിച്ചം, സൂര്യശില,ശാന്ത...]

1

വിഷാദം വിലാപമായി
കാട്ടാറായി ഒഴുക്കാനെനിയ്ക്ക് മനസ്സില്ല.
തിളച്ചുമറിയും ലാവപോൽ
പൊള്ളുന്ന നീരാവി ചുടു മനസ്സുമായ്.
പൂനിലാവാക്കും ശൃംഗാരവുമില്ലെനിക്ക്
ഭ്രാന്താലയ രാഗ ശ്രുതി ഭേദങ്ങൾ.
കുളിർകാറ്റാകും സുഗന്ധമില്ലെനിക്ക്
കൊടുങ്കാറ്റാകും ഘോര മുരൾച്ചയാണ്.
മത്തു പിടിപ്പിക്കയില്ല മയക്കുകില്ല.
എൻ നെഞ്ചിലെ സ്ഫടിക ചീളുകൾ.

2

ജീവൻ തുടിക്കും
ദേഹത്തേക്കാൾ മൂല്യം,
അസ്തമയം കണ്ട ശവത്തിനോ?
ഹരിതഭൂമി തേടിയെത്തി
മരുഭൂമിയിൽ.

3

മരം വെട്ടുകാരന്റെ
മഴുവവനിലേക്ക്
തന്നെ തിരിയുന്നു.
ഉറവകൾ വറ്റി.
കിണറുകൾ വറ്റി.
എങ്കിലും പാറകൾ
പിളർന്നുറവകൾ ഒഴുകുമോ?
കടമ്മനിട്ടതൻ
ആശയ്ക്ക് വകയുണ്ടോ?
ഇടിമിന്നലിൽ ഇരമ്പുന്ന ഇടി ശബ്ദമായ്,
കടമ്മനിട്ട കടമകൾ.

34. കെ.വി രാമകൃഷ്ണൻ

[1935 - ൽ ജനനം. കടമ്മനിട്ട, അയ്യപ്പപ്പണിക്കർ തുടങ്ങിയവരുടെ സമകാലീനനായ കവിയും നോവലിസ്റ്റും വിവർത്തകനുമാണ്. ആദ്യ എഡിഷൻ ഇറക്കുമ്പോൾ എനിക്ക് ഇദ്ദേഹത്തിന്റെ കവിതകളുടെ പുസ്തകം ലഭിച്ചിരുന്നില്ല. ഗ്രീൻബുക്സ് 2025 -ൽ പ്രസിദ്ധീകരിച്ച മലയാളത്തിന്റെ പ്രിയ കവിതകൾ എന്ന തിരെഞ്ഞടുത്ത ഗ്രന്ഥം അടുത്ത കാലത്താണ് എനിക്ക് ലഭിച്ചത്.]

1

വരണ്ട ഗംഗയുടെ,
ഹൃദയമിടിപ്പളന്ന്-
മനസ്സിൻ നൊമ്പരം
പേറിയ വരികൾ,
തിളയ്ക്കുന്ന ഗംഗയിൽ
ഒഴുകേണ്ടതല്ലല്ലോ!
നിദ്ര നശിക്കും രാത്രികൾ,
സൃഷ്ടിച്ച കർമ്മങ്ങളോരോന്നും
ഞരമ്പിൽനിന്നകമൊഴിയുവാൻ,
ഗംഗാ കുളിയ്ക്ക് കഴിയുമോ?
രൗദ്രത്തിലും വാത്സല്യത്തിലും

അഗ്നിയിലും ഭ്രാന്തിയിലും
വിദ്യയിലും ശില്പിയിലും
പ്രകൃതിതൻ വിശപ്പിലും
ചെടിയിലും സ്നേഹത്തിലും
ക്ഷോഭത്തിലും അമ്മയെക്കണ്ട്
മനസ്സുരുകി ഒഴുകി-
തഴുകിയെത്തിയ വാക്കുകൾ.
ചട്ടിയിൽ നട്ട ചെടിയിലും
താജ്മഹൽ വന്യതയിലും
ആകാശ ഗോളത്തിലും
രാജശില്പിയെ കണ്ടുണർന്ന്,
മുഖംമൂടിയഴിച്ചു ജന്മഗേഹത്തിലേയ്ക്ക്
ഇരുളിൻ നടുവിൽ ജ്യോതിയാ-
കുന്ന വാക്കുകൾ.
തിരിച്ചൊഴുകണം
തിളയ്ക്കും ഗംഗയിൽ നിന്നും
വരണ്ട ഗംഗയിലേയ്ക്ക്.

35. എൻ.കെ ദേശം

കാലഘട്ടം - 1936-2024

കൃതികൾ

[മുദ്ര - കവിതാ സമാഹാരം, ദേശികം-എൻ.കെ ദേശത്തിന്റെ സമ്പൂർണ്ണ കൃതികൾ, പ്രസിദ്ധമായ കവിതകൾ : - അംഗുലപ്പുഴു, കഴുത,എന്തിന് വെളിച്ചം,മന്ത്രിമാർ നാടുവാണീടും കാലം,അന്തിമലരി, കന്യാഹൃദയം....]

1

അന്തിമലരിയിൽ കന്യാഹൃദയം
അനന്യമായൊരനന്യന്റെ ഗാനങ്ങൾ
ആലുവ ദേശത്തെ ദേശകവിയെൻകെ
മലയാളത്തിന് സൗമ്യ മധുര ഗാനം.

2

വെളിച്ചമെന്തിനെന്തെന്ന് കേഴുന്നു
ഒരുനാൾ ആക്കിത്ത കവിപോലേയും

പുഞ്ചിരിക്കും പിഞ്ചു പൈതൽ പോലെയും
പാതി വിടരും പൂക്കൾ പോലെ,
നെഞ്ചു പിളർക്കും കഠാര കണക്കെ,
പുഴകളൊഴുകി പലഭാവത്തിൽ.

3

കഴുതയായ് അംഗുലപ്പുഴുവായ്
അപ്പൂപ്പൻ താടിയുമായ് അമ്പൊത്തൊന്ന
ക്ഷരങ്ങൾ തേടി വിളിച്ചു മാടി വിളിച്ചു.

4

ശ്ലോകങ്ങൾ ലോകമായ് തീർക്കാൻ
അക്ഷരങ്ങൾ ഓടിയെത്തി തേടിയെത്തി-
യെൻകെ വിരലിൻ മാന്ത്രിക ചലനമായ്.
ദേശത്തെ ആലുവ ദേശത്ത് വാക്കുകൾ
കടങ്കഥപോലെ കഥകൾ വിരിയിച്ചു.

5

പെരിയാറിൻ പുഴയോരത്ത്,
കവിതകൾ കഥകളായി.
കഥകൾ കവിതകളായി.
കവി കവിതയായി.

6

അക്ഷരങ്ങൾ ഓടിയെത്തി തേടിയെത്തി
ദേശത്ത്, എൻ.കെ ദേശത്തെ ദേശത്ത്.
അക്ഷരങ്ങൾ ഓടിയെത്തി തേടിയെത്തി
ദേശത്ത്, എൻ.കെ ദേശത്തെ ദേശത്ത്.

36. വിഷ്ണു നാരായണൻ നമ്പൂതിരി

കാലഘട്ടം - 1936-2024

കൃതികൾ

[അതിർത്തിയിലേയ്ക്ക് ഒരു യാത്ര,ഭൂമി ഗീതങ്ങൾ, ഉജ്ജയിനിയിലെ രാപ്പകലുകൾ,പരിക്രമം,ഉത്തരയാനം, ആരണ്യകം,അപരജിത,സ്വാതന്ത്ര്യത്തെ കുറിച്ചൊരു ഗീതം.]

മുഖവുര

[കവിയുടെ പ്രസിദ്ധമായ ചില കവിതകളുടെയും കൃതികളുടെയും പേരുകൾ ഉപയോഗിച്ചാണ് താഴെയുള്ള കവിത എഴുതിയിരിക്കുന്നത്. അത്രയേറെ കവിത തുളുമ്പുന്ന വാക്കുകളാണ് അദ്ദേഹത്തിന്റെ കവിതകളുടെ തലവാചകങ്ങൾ.]

1

ബാല്യദർശനമൊ-

ഒരു ഗീതം;
ഭൂമി കന്യകയെത്തേടി;
പ്രണയ ഗീതമായ്
ഭൂമി ഗീതമായ്.

2

ഇന്ത്യയുടെ കരച്ചിൽ,
ഇന്ത്യയെന്ന വികാരമായ്,
നൂറു കോടി,
കോടി കോടി,
ചുവടുകളായി മാറട്ടെ.

3

അതിർത്തിയിലേയ്ക്കൊരു യാത്ര;
അപരാജിത യാത്ര.
അതിർത്തിയിലേയ്ക്കൊരു യാത്ര;
അപരാജിത യാത്ര.

4

ഉജ്ജയിനിയിലെ
രാവും പകലും
എൻ രാഷ്ട്രത്തോട് ചൊല്ലുന്നു,
ആരണ്യകമാം ജീവിതം.

5

സൂര്യനസ്തമിക്കാത്ത സാമ്രാജ്യത്തിൽ
ഐൻസ്റ്റീന്റെ അതിഥിയായി,
ഹൈസെൻ ബെർഗിനെ കണ്ടു.
ഏകമണ്ഡല തത്ത്വത്തിനായ്
മക്കൾ വരും വഴിയൊക്കെ
കരുണ കഥയെല്ലാം
പാട്ടായി പാടി
പറന്നീടുന്നു.
പാട്ടായി പാടി
പറന്നീടുന്നു.

37. ശ്രീകുമാരൻ തമ്പി

കാലഘട്ടം - 1941 -

കൃതികൾ

[അച്ഛന്റെ ചുംബനം, ശീർഷകമില്ലാത്ത കവിതകൾ,
ഓമനയുടെ ഒരു ദിവസം, അമ്മയ്ക്കൊരു താരാട്ട്...]

മുഖവുര

കവിതകളേക്കാൾ സിനിമ ഗാനരംഗത്ത് പ്രസിദ്ധി
നേടിയ ആചാര്യൻ. അദ്ദേഹത്തിന്റെ ഗാനങ്ങളിൽ
നിന്നുമൊരു സമർപ്പണം. മലയാളത്തിൽ ശ്രീകുമാരൻ
തമ്പിക്ക് പരിചയപ്പെടുത്തലുകൾ ആവശ്യമില്ല.

1

തമ്പിക്കെന്തിനു സൂചനകൾ?
തമ്പിക്കെന്തിനു രാജപദം?
തമ്പിക്കെന്തിനു വൈഡൂര്യം?
തമ്പിക്കെന്തിനു ചാഞ്ചാട്ടം?

2

ഉണരുമീ ഗാനം ഉയരുമെൻ ഉള്ളം, ആറാട്ടിന് ആനകൾ എഴുന്നള്ളിയപ്പോൾ കുയിലിന്റെ മണി നാദം കേട്ടു; ഒന്നാം രാഗം പാടി ഒന്നിനെ മാത്രം തേടി ചന്ദ്രികയിൽ അലിയുന്നു ചന്ദ്രകാന്തം. കൂത്തമ്പലത്തിൽ വച്ച്, ഉത്തരാ സ്വയം വരം കഥകളിയും തൈപ്പൂയ കാവടിയാട്ടവും മനോഹരി നിൻ മനോരഥത്തിൽ മലയാളി പെണ്ണിന്റെ മനസ്സിൽ സന്ധ്യക്കെന്തിനു സിന്ദൂരം? ഹൃദയ സരസ്സിലെ കാവ്യ പുഷ്പമായ മേഘം പൂത്തു തുടങ്ങി മോഹം പെയ്തു തുടങ്ങിയപ്പോൾ സുഖമൊരു ബിന്ദു ദുഃഖമൊരു ബിന്ദു. അകലെ അകലെ നീലാകാശം, ഹൃദയം കൊണ്ടെഴുതുന്ന കവിത, പ്രണയാമൃതം അതിൻ ഭാഷ. മംഗളം നേരുന്നു ഞാൻ, കേരളം കേരളം കേളിക്കൊട്ടുയരുന്ന കേരളം കേളി കദംബം പൂക്കും കേരളം.

3

തമ്പി ചോദിക്കുന്നു: "ബന്ധുവാര് ശത്രുവാര്?"
തമ്പിക്കെന്തിനു സൂചനകൾ?
തമ്പിക്കെന്തിനു രാജപദം?
തമ്പിക്കെന്തിനു വൈഡൂര്യം?

38. ബിച്ചു തിരുമല

കാലഘട്ടം - 1942-2021

1

മഞ്ഞിൽ വിരിഞ്ഞ പൂക്കൾ,
അതിലൊരു പൂ വിരിഞ്ഞു,
പവനരച്ചെഴുതുന്ന വരികൾ,
അതിലൊരു പൂ സംഗീതമായി.
മഞ്ഞണി കൊമ്പിൽ
പാടുന്ന കിളികൾ
ഓലത്തുമ്പത്തുമിരുന്നു.
മിഴിയറിയാതെ മിഴിയോരത്ത്,
പഴം തമിഴ് പാട്ടായി വളർന്നു വന്നു.
മിഴിയറിയാതെ മിഴിയോരത്ത്,
പഴം തമിഴ് പാട്ടായി വളർന്നു വന്നു.

39. ഏഴാച്ചേരി രാമചന്ദ്രൻ

കാലഘട്ടം - 1942-2021

കൃതികൾ

[ഇടപ്പറമ്പിലെ ജാനകി, ശ്യാമ ഭാരതി, നീലി, പിന്നെയും
നീ ചിരിക്കുന്നു, കന്യാകുമാരി, നീ തളിർക്കാൻ...]

1

ജാതകം കത്തിച്ച സൂര്യനെ
കാണിച്ചു ഇടപ്പറമ്പിലെ ജാനകി.
ഭൂമിയോളം പൊറുക്കുന്ന

2

സ്ത്രീയെ പേറിയ മലയാള ഭാവങ്ങൾ
വരച്ചുകൊണ്ടിരിക്കുമ്പോൾ, ഞാൻ,
കള്ളിയങ്കാട്ട് നീലിയെ മറന്നില്ല.
നീലിയുടെ കണ്ണിലെ തീനാളം മറന്നില്ല.

4

കന്യാകുമാരിയിലെ പലഭാവങ്ങളിൽ
കുഴഞ്ഞു പോയ ഏഴാച്ചേരി ചൊല്ലുന്നു.
ഞാൻ, നന്നായി പ്രസംഗിക്കില്ല.
ഗലീലിയിൽ നന്നായി പ്രസംഗിച്ച
യേശുവിനെ നിങ്ങൾ എന്ത് ചെയ്തു?
സോക്രട്ടീസിനെയും
മാർട്ടിൻ ലൂതർ കിങ്ങിനെയും
നിങ്ങൾ എന്ത് ചെയ്തു?
പ്രസംഗം ജീവിതമാക്കിയ
ഗാന്ധിയേയും നിങ്ങൾ എന്ത് ചെയ്തു?
ഇനി ഞാനൊരു വരി
കവിത ചൊല്ലുന്നതെന്തിന് ?
ഇനി ഞാനൊരു വരി
കവിത ചൊല്ലുന്നതെന്തിന് ?

40. അഗ്നിശർമ്മൻ നമ്പൂതിരി

കാലഘട്ടം - 1944-

[ഇദ്ദേഹം തൃശൂർ എഞ്ചിനീയറിംഗ് കോളേജിൽ എന്റെ ഇലക്ട്രോണിക്സ് അധ്യാപകനായിരുന്നു. ജോലിയിൽ നിന്നും വിരമിച്ച ശേഷം ഒരു കവിത സമാഹാരം പ്രസിദ്ധീകരിച്ചിട്ടുണ്ട്. കുമ്പളപ്പൂക്കൾ.]

1

പുതുകാല ഇലക്ട്രോണിക്
ബൈനറി പഠിപ്പിച്ചോരാദ്ധ്യാപകൻ
ബൈനറി പദങ്ങൾ എഴുതിയല്ലോ.
പാഴായി പോകും വള്ളിയി-
ലൊരുനാൾ ശുദ്ധമാം കുമ്പളം
കണ്ടപോലെ.

2

വിരമിച്ചതാണ് മരിച്ചതല്ല.
വിരമിക്കും കാലത്തോർമ്മയിൽ
മന്ദ മാരുതഗന്ധം പോലും

സുഗന്ധമാവില്ലെന്നറിഞ്ഞ നാൾ,
ജിബ്രാനെ പഠിച്ചു.
ഒമർ ഖയാമിനെ പഠിച്ചു.
വൈലോപ്പിള്ളിയെ വീണ്ടും പഠിച്ചു.
ജീവിത കവിതയെഴുതി
ബൈനറിയിൽ.
സുഖ-ദുഃഖ കാഴ്ചകളിൽ.
തളർച്ചയിൽ വളർച്ചയിൽ.
ഇരുട്ടിൽ വെളിച്ചം തേടി,
യുക്തി അയുക്തികളിൽ.
ധർമ്മാധർമ്മ ബൈനറികൾ.

41. ഡി . വിനയ ചന്ദ്രൻ

കാലഘട്ടം - 1946-2013

കൃതികൾ

[നരകം ഒരു പ്രേമ കവിത എഴുതുന്നു, വീട്ടിലേക്കുള്ള വഴി,സമസ്ത കേരളം പി.ഒ, ദിശാസൂചി...]

1

എന്നെ ഞാൻ തേടി-
യിറങ്ങി, ഒരു കവിതയിൽ;
ഒരു കുതിപ്പായ് യാത്ര
തുടങ്ങി.

2

സഞ്ചാര പ്രേരണ-കളോരോന്നും
ഒരു കുഞ്ഞു നാളത്തിൽ
കണ്ടു ഞാനെന്നും.

3

പവിഴം പൊഴിയും
മൊഴിയിൽ നാളെയെ
കാണണ-മെന്നൊരു മോഹം.

4

എന്നുമെൻ യാത്ര
എന്നുമെൻ യാത്ര
തനിമയെ തേടി
പരിണാമമായി
പരിവർത്തനങ്ങൾ.

5

ഭാവന സംയുക്ത
സങ്കല്പലോകം.
നാടൻ പാട്ടിലും
നാടൻ കലയിലും
ഉന്മാദിയായ്,
പരമകോടിയിൽ
ഉറഞ്ഞു തുള്ളും
വെളിച്ചമായി.

6

കാമ മോഹത്തെ
കൊടുങ്കാറ്റായു-
പമിച്ച, സൗന്ദര്യ ലഹരി
വിനയത്തിൻ ചന്ദ്രനാണത്രെ.

7

പുഴയും മലയും
ചേർന്നൊരു
ഭൂമിയെ
അമ്മയായ് ദർശിച്ചു,
കവിതയെന്നും.
മലയിൽ നിന്നൊഴുക്കും
മുലപ്പാൽ പോൽ
വിശുദ്ധമത്രെ പുഴകളെല്ലാം.

8

ചിതയിലെ ചാരത്തിലും
ചെന്താമര,
ചന്തമുള്ള ചിന്തയുടെ
ചീന്തുകൾ ഉയരുന്നു,
ചന്തമായ്......ഓരോ വരിയിലും.
ചിതയിലെ ചാരത്തിലും
ചെന്താമര,
ചന്തമുള്ള ചിന്തയുടെ
ചീന്തുകൾ ഉയരുന്നു,

ചന്തമായ്......ഓരോ വരിയിലും.

• 94 •

42. കെ. സച്ചിദാനന്ദൻ

കാലഘട്ടം - 1946 -

കൃതികൾ

[ആത്മഗീത,അഞ്ചു സൂര്യൻ, ആസന്നമരണ ചിന്തകൾ,
എഴുത്തച്ഛരനെഴുതുമ്പോൾ...]

1

അത് പെയ്തൊഴിയാത്ത
പേമാരികളുടെ കാലമായിരുന്നു.
വ്യഥകളും മൃത്യൂബോധവും
ഗൃഹാതുരതയും അന്തർമുഖത്ത്
തിരയടിച്ചതായിരുന്നു.
തിരകളിലൊളിച്ചിരുന്ന വാക്കുകൾ
കവിതയായി മാറിയതാണ്.
തിരകളും വാക്കുകളായി മാറിയതാണ്.
തിരകൾക്കിടയിലെ മൗനവും
സംഗീതമായി ഒഴുകിയതാണ്.

2

ആത്മഗീതമായും അഞ്ചു സൂര്യനായും
ആസന്നമരണ ചിന്തകളായും
എഴുത്തച്ഛരന്റെ ആത്മാവെഴുതിയതാണ്.
പൂക്കളോടും കാറ്റിനോടും തത്തയോടും
സംസാരിക്കുന്ന ആരോടും മിണ്ടാത്ത കുട്ടിയായിരുന്നു.
കുട്ടിയും സൂര്യനും കുട്ടി കണ്ട സൂര്യനും
സൂര്യൻ കണ്ട കുട്ടിയും കൊട്ടിഘോഷിക്കുന്നത്
എന്റെ ശീലമായിരുന്നു.
അതിൽ ഞാൻ കത്തി ദഹിക്കുന്നു,
എന്റെ ചിതയിലെന്നപോലെ
കദനത്തിന്റെ വിത്തുപാകിയ കാറ്റുകൾ
സിദ്ധാർത്ഥനെ ആർദ്രമായി തഴുകിയതാണ്.

3

തരുണാരുണ ചഞ്ചല സൂര്യൻ കർമ്മയോഗത്താൽ
ചൈതന്യം പൊള്ളിക്കും ജ്വാലയായതാണ്.
മയൂര സൂര്യൻ അലിവിന്റെ ജലധാരയായിരുന്നു.
പീഡിതബോധമായിരുന്നു മഞ്ഞ സൂര്യൻ.
ജരാനരയായ് വെള്ള സൂര്യനും മൃത്യുബോധമായ്
കറുത്ത സൂര്യനും. സൂര്യനോരോന്നും
കവിയുടെ അന്തർമുഖത്തിലെ പ്രകാശമായിരുന്നു.
അന്തർമുഖം ബഹുമുഖ നക്ഷത്രമായ്
തിളങ്ങി സച്ചിദാനന്ദത്തിൽ.

4

സച്ചിദാനന്ദ വെളിപാടിൻ ഗർജ്ജനത്തിൽ,
ലോകദുഃഖം ഇല്ലാതാക്കുമെന്ന് കരുതുന്നില്ല.
എങ്കിലുമൊരാശ്വാസം, മുറിവിനൊരു ശമനം.
കവിത പാട്ടുകളായി പാടി കേൾക്കുമ്പോൾ.
എങ്കിലുമൊരാശ്വാസം, മുറിവിനൊരു ശമനം.
കവിത പാട്ടുകളായി പാടി കേൾക്കുമ്പോൾ.

43. രമേശൻ നായർ എസ്

കാലഘട്ടം - 1948 – 2021

കൃതികൾ

[സൂര്യ ഹൃദയം,പാമ്പാട്ടി, ഹൃദയ വീണ..]

1

സോപാനഗീതത്തിൽ തിരുനടയിലേക്ക്
തിരിച്ചു നീന്തി കവി രമേശൻ.
പുതു യുഗത്തിലും പഴയ ഉറവകൾ
വറ്റാതെ നവദീപ്തമായ് ഒഴുകുന്നു.
കൃഷ്ണന്റെ നിലാ കുളിരാവാൻ
കവിക്കിന്നും ചന്ദന ഭാവന സ്വന്തമല്ലോ.
കൈരളി പാടങ്ങൾ കുളിരായ് വളരണം.
കൈരളി പൂക്കൾ തളിരായ് വളരണം.
മായാതെ വരളാതെ തളരാതെ അഴിയാതെ
പുതുകാലത്തിൻ സംസ്കാര പാലകൻ,
ജന്മപുരാണത്തിലൊഴുകും അമൃതകാവ്യമല്ലേ?
ധീരമാം സമരേർമ്മം ധർമ്മ പഥത്തിൽ

ഉണ്മയെ തേടി ഉണ്മയെ തേടിയലയുന്നു.
അക്ഷരം തെളിയുന്ന കണ്ണടയല്ല.
ഉൾകാഴ്ച കാണുമൊരു കണ്ണട.
നീളുന്നു, കണ്ണിൽ തീ ചിതറുന്നു.
ആഴത്തിലേക്ക് ഉൾക്കണ്ണിലേക്ക്
ഉള്ളിന്റെ ഉള്ളിന്റെ ഉള്ളാഴത്തിൽ.

44. മുല്ലനേഴി

കാലഘട്ടം - 1948 – 2011

കൃതികൾ

[മോഹപക്ഷി, രാപ്പാട്ട്, നാറാണത്തു ഭ്രാന്തൻ...]

1

നാറാണത്തു ഭ്രാന്തനിലെ ഭ്രാന്തനെ
ചെറുഭ്രാന്തായ് വീണ്ടെടുത്തു വീണ്ടും.
പീഡകർ പേടിപ്പിച്ചു കീഴടക്കും
പ്രീതിപ്പെടുത്തി കീഴടക്കും.
കീഴടങ്ങുവാൻ ഒരുക്കമില്ലെന്ന് ചൊല്ലിയ
ആഴമുള്ളാ-ഴിയത്രേ മുല്ലനേഴി.
ഇടതുകാലിലെ മന്തു വലത്തോട്ട് തട്ടി
യവിടെ നിന്നിടത്തോട്ട് തട്ടികളിക്കും
ഭരണ വർഗ്ഗ മന്ദ മന്ദതയ്ക്ക് ശസ്ത്രക്രിയ
ചെയ്യാനൊക്കും കത്തിയുണ്ടോ?
പേനാ-ക്കത്തിയുണ്ടോ ?

2

സത്യത്തിലേക്ക് വഴി വെട്ടി വെട്ടി
തെളിക്കാൻ ഏതു വഴിയെന്ന്
ചോദിക്കയില്ല, പ്രേമത്തിൻ
നീല നിലാവിൽ കുളിച്ച വരികളും.
വാക്കാഗ്നിയാണ് ചാലക ശക്തി.
വാക്കാഗ്നിയാണ് ചാലക ശക്തി.
രൂപക ശക്തി, സ്നേഹപാലത്തിൻ ശക്തി.
രൂപക ശക്തി, സ്നേഹപാലത്തിൻ ശക്തി.

45. എ. അയ്യപ്പൻ

കാലഘട്ടം - 1949 - 2010

കൃതികൾ

[ബുദ്ധനും ആട്ടിൻ കുട്ടിയും, പ്രവാസിയുടെ ഗീതം, വെയിൽ തിന്നുന്ന പക്ഷി, ഗ്രീഷ്മമേ സാക്ഷി...]

1

വെയിലിനെ തിന്നുന്ന പക്ഷിയായി,
നെഞ്ചിൽ ഭാരങ്ങൾ ഞെരിയുന്നു,
ദുഃസ്വപ്ന പാരമ്യത്തിൽ ഞെട്ടിയുയരുന്നു.
ബോധാബോധ മനസ്സിൽ ഒഴുകുന്നു.

2

വരകൾ. വരകളോരോന്നും ചിത്രങ്ങളാകുന്നു.
വാക്കിൽ വർണ്ണത്തിൽ വാൻഗോഗായിടുന്നു.
ആഴമേറിയ പീഡിത കൗമാര
മുറിവുകൾ സ്വയം വരച്ചതാണ്.
എഴുതി പഠിച്ചതല്ല.

3

നിഷേധങ്ങൾ പ്രതിഷേധങ്ങളായിരുന്നു.
ബലിബോധത്താൽ ബലിയാടായി
മാറുമെന്നറിയാമെങ്കിലും
ആരെങ്കിലും ബലിയാകണമല്ലോ.

4

ഒരു പുറംമാത്രം എഴുതി തീർന്ന
പരുക്കൻ പുസ്തകമാണ് ഞാൻ.
അപൂർണ്ണതയിലും ചില വെള്ള
ചിറകുകളുണ്ടായിരുന്നു.

5

കൂരമ്പിൻ ക്രൂരമാം ആക്രമണത്തിൽ
വീഴാതെ മുമ്പേ പറക്കും പക്ഷികൾ
അയ്യപ്പ സ്വപ്നത്തിൻ ചിറകുകളായി.
കല്ലേറുകൊണ്ട് കണ്ണുപൊട്ടിയ
ആട്ടിൻകുട്ടിയിൽ അയ്യനായ്
ബുദ്ധനായ് മാറിയല്ലോ.
അയ്യനായ് ബുദ്ധനായ് മാറിയല്ലോ.

46. കെ.ജി ശങ്കരപ്പിള്ള

കാലഘട്ടം - 1948 -

കൃതികൾ

[ബംഗാൾ, അയോദ്ധ്യ, ആനന്ദൻ...]

1

കരിമരുന്നുകൾ കതിന
കണക്കെ കത്തിക്കും
ശങ്കരനാണ് ശങ്കരൻ.

2

ആനന്ദൻ അമിട്ട് പൊട്ടിച്ചു.
ബംഗാളിലൊരു കതിന
അയോദ്ധ്യയിലൊരു കതിന.

3

പുത്തൻ തീയാണ് ശങ്കരൻ.

പുതു യുദ്ധമാണു ശങ്കരൻ.
മരണ ഭയമേതുമില്ലാതെ
വിപ്ലവ കാഹളമൂതും
ശങ്കരൻ
അവതാരങ്ങളെ നേരിടണം
നേർക്കു നേരായി
ഭീരുക്കളായ പട്ടികൾ പോലും
കുരയ്ക്കുന്നു. മനുഷ്യന്,
അന്ധതയിൽ മൗനം.
ധൃതരാഷ്ട്ര മൗനം.
ആരാധന കഴിഞ്ഞിറങ്ങുന്ന,
മുടന്തുന്ന ആട്ടിൻ കുട്ടികൾ.
വരും, വരും, രക്ഷകൻ വരുമെന്ന് പാടുന്നു.
ഞാൻ പറഞ്ഞു : "കണ്ണടച്ചു ഇരുട്ടാക്കുന്ന അന്ധന്മാരെ
ഇനി ആരും വരാനില്ല."

47. മധു സൂദനൻ നായർ

കാലഘട്ടം - 1949 -

കൃതികൾ

[മധുസൂദനൻ നായരുടെ കവിതകൾ,ഭാരതീയം,
നാറാണത്തു ഭ്രാന്തൻ,ഗാന്ധി,അച്ഛൻ പിറന്ന വീട്,
ഗാന്ധർവം..]

1

ഇരുളിൻ ഗൂഢമാം ശോകരാത്രിയിൽ
ഗാന്ധർവ ഗീതങ്ങൾ ആനന്ദമായി.
ആഴത്തിൻ മുത്തുകൾ ആഴിയിൽ തേടുമ്പോൾ
ഇരട്ടി മധുരം, ആ പുത്രനെ കാണുന്നു.
മധുവിൻ സൂദനനെ മധുരമായി കാണുന്നു.
ഗാന്ധിയെ ഭാരതീയ കവിതയാക്കി,
തനിയെ നടക്കുവാൻ ചിറകു തന്നു.
തളർന്നാലും തുടരുവാൻ
ഇടരാതെ, തുടരുവാൻ, വളരുവാൻ,
ഇന്ത്യയുടെ ഭൂപടം വരച്ചു തന്നു.

2

ചങ്ങമ്പുഴ കവിയതിരുകൾ
ആലാപനത്തിൽ ചാടി കടന്ന പ്രാന്തൻ
12 മക്കളെ പെറ്റൊരമ്മയും
ഇരട്ടി മധുരമായ് ആ പുത്രനെ കാണുന്നു.
മധുവിൻ സൂദനനെ മധുരമായ് കാണുന്നു.

48. കൈതപ്രം ദാമോദരൻ നമ്പൂതിരി

കാലഘട്ടം - 1950 -

കൃതികൾ

[കൈതപ്രത്തെ കുറിച്ച് മലയാളികൾ മനസ്സിൽ എഴുതിയ വരികൾ സമർപ്പിക്കുന്നു.]

1

ഗോപികാ വസന്തം തേടി,
പ്രമദവനം വീണ്ടും ഋതു രാഗം ചൂടി.
വണ്ണാത്തി പുഴയുടെ തീരത്ത്
കളിവീട് ഉറങ്ങിയല്ലോ!
എന്നോടെന്തിനീ പിണക്കം?
നീയൊരു പുഴയായ്
തഴുകുമ്പോൾ ഞാൻ
പ്രണയം വിടരും കരയാകും.
അന്തി വെയിൽ പൊന്നുതിരും
ഏദൻ സ്വപ്നവുമായ്.
മിഴികൾക്കിന്നെന്തു വെളിച്ചം.

മൊഴികൾക്കിന്നെന്തു തെളിച്ചം.
എന്ന് വരും നീ എന്ന് വരും നീ
കാണുമ്പോൾ പറയാമോ
കരളിലെ അനുരാഗം?
മറക്കുമോ നീയെൻ മൗനഗാനം?

49. സിവിക് ചന്ദ്രൻ

കാലഘട്ടം - 1951 -

കൃതികൾ

[തടവറ കവിതകൾ, വെളിച്ചത്തെ കുറിച്ചൊരു ഗീതം,
ഗൃഹ പ്രവേശം, വലതു വശം ചേർന്നു നടക്കുക..]

1

തടവറകളിൽ നിന്നുമൊരു
പുതു പിറവിയാശിക്കും ഗീതം.
മരിക്കാതിരിക്കാനായ് വീര്യമായ്
വീരനായി എഴുതി തുടങ്ങി.
അലറിവിളിച്ചു, ആരോടെന്നറിയില്ല,
സ്വയം അഗ്നിയായ് എരിഞ്ഞടങ്ങി.
ധീരതയുടെ പന്തങ്ങൾ
കെടാവിളക്കുകളായി ജ്വലിക്കുമെന്നും
കബനി നദി വീണ്ടും ചുവക്കുമെന്നും
ആശിച്ചതല്ല, നിരാശതൻ പടുകുഴിയിൽ
നിന്നൊരലർച്ച മാത്രം.

2

പൂച്ചയ്ക്കാര് മണികെട്ടുമെന്ന്
ചോദിക്കും ചന്ദ്രൻ, മണികെട്ടാനായി
ദുരിത കയത്തിലേക്ക് എടുത്തു ചാടി.
രാത്രികൾ പകലുകൾ അറിയാതെ
തടവറകളിൽ അലറി വിളിച്ചു.
കബനീ നദി വീണ്ടും ചുവക്കും
ധീരതയുടെ പന്തങ്ങൾ
കെടാവിളക്കുകളായി
ജ്വലിക്കുമെന്നുമെന്നും.
കബനീ നദി വീണ്ടും ചുവക്കും
ധീരതയുടെ പന്തങ്ങൾ
കെടാവിളക്കുകളായി
ജ്വലിക്കുമെന്നുമെന്നും.

50. കെ. ജയകുമാർ ഐ.എ.എസ്

കാലഘട്ടം - 1952-

കൃതികൾ

[രാത്രിയുടെ സാധ്യതകൾ, സോളമന്റെ പ്രണയ ഗീതങ്ങൾ, അർദ്ധ വൃത്തങ്ങൾ...]

1

മലയാളമൊരു രാജകുമാരിയൊ-
രാൾ അവളുടെ രാജകുമാരൻ.
ആശാൻ ജയകുമാറിൽ ഭൂതമായ്
കയറി ഭാവിയിലേയ്ക്കൊരു
നൃത്ത ചുവടുമായി.

2

ത്രികോണ പ്രണയമായ്
മാറിയത് സത്യ ചരിത്രം.
ഒരു കോണിൽ ആശാൻ.

ഒരു കോണിൽ എഴുത്തച്ഛൻ
രണ്ടുകോണിലേയ്ക്കും നോക്കി
മതിവരാതെ പ്രണയത്തിനൊരു
താജ്മഹൽ സർവകലാശാല
പണിതു രാജകുമാരൻ കെ
ജയകുമാർ. ജയ ജയ ജയകുമാർ.

3

തിരൂരിൽ തുഞ്ചത്ത് ഇരുന്ന്
തഞ്ചത്തോടെ പ്രണയത്തിലായി
വീണപൂവിൽ
നിന്നുയർന്ന, എഴുത്തച്ഛരൻ മകൻ
എഴുതുന്നു.
എഴുത്തച്ഛരനായി എഴുതുന്നു.
കവികൾക്ക് കവിയായ ധിക്കാരമേ
എന്നൊരു വിളിയോടെ മലയാളി
മണവാട്ടിക്കു മുന്നിൽ മറുതലം
തുറന്നു പാടിടുന്നു.

4

പാടും കിളി നഗ്നത കാണുന്നു.
ഇരുണ്ട കാലത്തിലും പ്രകാശം
വിതറിയ വരികൾ വീണ്ടെടുക്കുന്നു.
ഹാ ! എത്ര മനോഹര നിയോഗം !!
പുതിയ താജ്മഹൽ പണിയുന്നു.

ടാഗോറിലും റൂമിയിലും ജിബ്രാനിലും
ഒമർ ഖയാമിലും സ്വയം കണ്ടെത്തി
മലയാളി പോലിസിന്റെ കണ്ണുവെട്ടിച്ചു,
വിദേശ ലഹരികൾ ഇറക്കുമതി ചെയ്യുന്നു.

5

ഇത്രമേൽ മണമുള്ള
മലയാളത്തിനെത്ര
കിനാക്കൾ ഉണ്ടായിരിക്കും?
ചന്ദനലേപ സുഗന്ധ
ഗാനങ്ങൾക്കെത്ര
കാമിനിമാർ ഉണ്ടായിരിക്കും?
അറിയില്ലെനിക്ക് അറിയില്ല.
ഇനിയും വരും ഒരു വസന്തം.
ഇനിയും വരും ഒരു വസന്തം.

51. കൽപ്പറ്റ നാരായണൻ

കാലഘട്ടം - 1952 -

കൃതികൾ

[ഒഴിഞ്ഞ വൃക്ഷഛായയിൽ,സമയ പ്രഭു,കറുത്ത പാൽ...]

1

ഉള്ളിൽ തീയുള്ള പുകയാണ്
നാരായണൻ.
പുകയുന്ന തലപുകയും പുകയാണ്
നാരായണൻ.
പകല് മുഴുവൻ പണിയെടുക്കും പുക.
രാത്രിയിലും പുകയുന്നു.
24 മണിക്കൂർ 365 ദിവസം
പണിയെടുക്കും പുക.

2

നുണയിലൊരു പുകയുണ്ട്,

പകയാണോ?
അതെ വേറെ പുക.
പുകയില്ലാത്തതൊന്നുമാത്രം.
നഗ്ന സത്യമെന്ന സത്യവും
നഗ്നതയും.
കുറച്ചു കാലം പുകകൊണ്ട് മറച്ചു
നഗ്ന സത്യത്തെയെങ്കിലും
ഒരു നാൾ പുകയൂതി
കളഞ്ഞൊരു ബോദ്ധ്യവും
ഉടലിലൊരു കുടലുണ്ടെന്നറിയുന്ന സത്യവും
വിശപ്പെന്നൊരു സത്യവും
ചെറുത്തു നിൽപ്പെന്നൊരു സത്യവും.

3

അവധിയെന്ന് വായിക്കുമ്പോൾ സന്തോഷം
നിമിഷ സന്തോഷമെന്ന സത്യം.
പ്രായം കൂടുന്തോറും ഞാൻ കൂടുതൽ
പഠിക്കുന്നുവെന്ന സത്യം.

4

വിദ്യാർത്ഥിയായപ്പോൾ പഠിച്ചു തുടങ്ങി,
അധ്യാപകനായപ്പോൾ വീണ്ടും വിദ്യാർത്ഥിയായി.
വിരമിച്ചപ്പോൾ വലിയ വിദ്യാർത്ഥിയായി.
ആർത്തിയുള്ള വിദ്യാർത്ഥിയായി.
അർത്ഥിയിൽ നിന്നും ആർത്തിയിലേക്കുള്ള

പ്രയാണം സത്യമെന്ന പ്രായമെന്ന സത്യം.
പുകയില്ലാത്ത സത്യം. പുകയില്ലാത്ത സത്യം.

52. കെ.വി ബേബി

കാലഘട്ടം - 1953 -

കൃതികൾ

[അടയിരിക്കുന്ന കിളി, കാവൽ കിളി, മിന്നാമിന്നും
മിനിമോളും...]

1

കെവിയല്ല;
കവിയായിരുന്നു.
കവി ബേബിയായിരുന്നു.
ബേബി കവിയായിരുന്നു.
കവന ശൈലിയിൽ
കവിയാതിരുന്നു.

2

ചൊല്ലുവാൻ ഒരു കവിത മാത്രം
"ക്രൂശിതനായ ക്രിസ്തു."
ചൊല്ലുവാൻ ഒരു കവിത മാത്രം

"ക്രൂശിതനായ ക്രിസ്തു."

3

കാരുണ്യ സൗരഭ്യം തേടുവാൻ പേരുകൾ
വേറെ അന്വേഷിച്ചു നടന്നതില്ല.
വാക്കിന്നു മീതെ പൊരുളു തുളുമ്പുന്ന
പ്രകാശമാണല്ലോ ആ കവിത.

4

തുള്ളുന്നൊരാവേശം ആവോളം നിറയുന്ന
സ്നേഹ പ്രകാശമാ-ണാ കവിത.
തുളുമ്പുന്നൊരാവേശം ലഹരിയായ്
നുരയുന്ന ക്രൂശിതൻ ക്രിസ്തുവിൻ
ക്രിസ്തു ഗാനം.

53. പി.എസ് ശ്രീധരൻപിള്ള

കാലഘട്ടം (1954 -)

കൃതികൾ

[കാലദാനം, ബോൺസായ്, പഴശ്ശിസ്മൃതി, നോവും നനവും, മർമ്മരങ്ങൾ....]

1

സ്മൃതിചെപ്പിനുള്ളിൽ
കവി എഴുതിയ
കവിതകൾ.
നാടിന്റെ രോദനം.
പ്രതിപക്ഷ
കവിതകൾ.
ഭരിക്കവേ
മായ്ക്കുവാൻ കഴിയുമോ?
മറക്കുവാൻ കഴിയുമോ?
ശ്രീധര-കവിതകൾ.

2

വേനലിൽ വിയർത്തത്
മഴയിൽ കുതിർന്നു പോകുമോ?
മഴയിൽ കുതിർന്നത്
മഞ്ഞിൽ ഉറയ്ക്കുമോ?
സ്മൃതിചെപ്പിനുള്ളിൽ
കവി എഴുതിയ
കവിതകൾ.
നാടിന്റെ രോദനം.

54. കുരീപ്പുഴ ശ്രീകുമാർ

കാലഘട്ടം - 1955 -

കൃതികൾ

[അമ്മ മലയാളം, ഉപ്പ, കീഴാളൻ, ജെസ്സി, രാഹുലൻ ഉറങ്ങുന്നില്ല,ഇഷ്ടമുടികായൽ...]

മുഖവുര

കുരീപ്പുഴ ശ്രീകുമാറിന്റെ ആത്മസത്ത്വത്തിൽ നിന്ന് കുറച്ചു നാളത്തെ ചിന്തയിൽ നയാഗ്ര വെള്ള ചാട്ടം പോലെ എന്റെ മനസ്സിൽ ചാടി വന്നതാണ് ഈ കവിത.

1

വാല്മീകിയായി ജനിച്ചതല്ല.
കാട്ടിലെ കൊള്ളക്കാരനൊരു
മനംമാറ്റത്തിലൊരു ചാഞ്ചാട്ടത്തിലാ-
ആദ്യ കവിയായി മാറിയതാണ്.

2

ആർക്കുമെഴുതാം
മുക്കുവസ്ത്രീയിൽ ജനിച്ച
വ്യാസമുനിയ്ക്കുമെഴുതാം.

3

ഗീതയൊരായിരം തവണ വായിച്ചെനിക്ക്
ചൊല്ലുവാൻ ഒരു കവിതയുണ്ട്.
ചങ്ങമ്പുഴക്കവിതയല്ല കുരീപ്പുഴ.
ഗീത വായിക്കരുത് !
യുദ്ധം ചെയ്യരുത് !
കൊല്ലരുത് !

4

ഗീതയിൽ ടിവി ചർച്ചകളിനി വേണ്ട
ചർച്ചകൾ കാണുമ്പോൾ
കാണികൾ കവിത ചൊല്ലും
"എന്നെയൊന്നു കൊന്നു തരൂ..."
അന്തി ചർച്ച ചെയ്യുന്നോർ
ഗീത വായിക്കണം. സീതയെയും വായിക്കണം.
രാമനെ വായിക്കണം. ക്രിസ്തുവിനെ വായിക്കണം.
നബിയെ വായിക്കണം. ഗാന്ധിയെ വായിക്കണം.
അവസാനം ഒരിക്കൽക്കൂടി
ഗീത വായിക്കണം.

5

ഗീത വായിക്കാതെ
എൻ മുന്നിൽ ആരും വരരുത്,
വായിക്കാതെ വന്നാൽ ഞാൻ അവരെ....
വേണ്ട അത് വേണ്ട; കൊല്ലില്ല!
ഞാൻ അവരെ കൊല്ലില്ല!
എനിക്ക് കൊല്ലാൻ കഴിയില്ല!

6

ഒരായിരം കവിതകൾ വായിച്ചെനിക്ക്,
കൊല്ലാൻ കഴിയില്ല.
ആരെയും കൊല്ലാൻ കഴിയില്ല.
ആർക്കുമെഴുതാം വയലിൽ
വിളയുന്ന കവിതകൾ.
ആദ്യ കവി കാട്ടാളനായിരുന്നു.
കാട്ടിലെ കൊള്ളക്കാരൻ.

7

ഞാൻ തോറ്റിട്ടുണ്ട്. കാപട്യത്തോട്.
പുഞ്ചിരിച്ചു തോറ്റിട്ടുണ്ട്.
നാടക കളരി തോൽക്കും മുഖം
മൂടിയോട് ഞാൻ തോറ്റിട്ടുണ്ട്.

8

എങ്കിലുമീ മലയാള മണ്ണിൽ
ഉഴുതു മറിച്ചു വിത്ത് വിതച്ചു,
കാഴ്ച മറയാതെ, നനച്ചു,
കിതച്ചു കാത്തിരിക്കും
പൂക്കുന്ന പൂമരങ്ങളെ കാണുവാൻ.
പൂക്കുന്ന പൂമരങ്ങളെ കാണുവാൻ.
പൂക്കുന്ന പൂമരങ്ങളെ കാണുവാൻ.

55. ബാലചന്ദ്രൻ ചുള്ളിക്കാട്

കാലഘട്ടം - 1957-

കൃതികൾ

[പതിനെട്ടു കവിതകൾ,അമാവാസി,ഗസൽ,മാനസാന്തരം...]

1

18 കവിതകൾ.
18 പക്ഷികളായി.
18000 കാതുകളിൽ
പെരുമ്പറ കൊട്ടിയ
അലറിയ
കുതറിയ
പീഡിതബോധം.

2

ചങ്ങമ്പുഴയെ കുടിച്ചു കുടിച്ചു

മദിച്ചൊരു ബാലൻ
ചൂടാതെ പോയ
പനിനീർപ്പൂക്കളെ
വാടാതെ സൂക്ഷിക്കും
വരികളൊഴുക്കി.

3

ഒന്ന് തൊടാതെ പോയ
ഈണ-മിടാതെ പോയ
വീണയിൽ
ഗാനമായ് വരികളൊഴുക്കി.

4

വരിഞ്ഞു മുറുക്കിയ
നാട്ടിൽ നിന്നും
ചൈതന്യത്തിൻ
അഗ്നിയാൽ
അനന്താകാശം
തേടിലഞ്ഞൊരു
കാട്ടിൽ, ചുള്ളിക്കാട്ടിൽ!

5

അമാവാസി
ഇരുളിൻ ഭീതിയിൽ

ശൈശവ പീഡിത
കാലത്തെ
പതിനെട്ടാം പടി
ചവിട്ടി കയറി.

6

ആശിച്ച വേഷത്തിൽ
ആടുന്ന
മകനെ കാണാൻ
മാനസാന്തര
വരികളോരോന്നായ്
പാടി തുടങ്ങവേ

7

എങ്കിലും, കാലന്റെ മുന്നിൽ അടങ്ങിയില്ല.
അഗ്നിയിൽ ശാന്തി ലഭിക്കയില്ല.
കലി തുള്ളിയ കാലത്തിൽ
ഗതിയില്ലാതലഞ്ഞു താതൻ.

8

അഗ്നിയിൽ ജനിച്ചോരഗ്നി താൻ
ഇരുളിൻ കാട്ടിൽ ഉയരും അഗ്നി.
കലുഷിതമായൊരു കടലിൻ
നടുവിൽ തുഴയുന്നു

ബാലനാം....ചന്ദ്രൻ.
ചുള്ളിക്കാട്ടിൽ തിരയുന്നു മുത്തുകൾ,
മണി മുത്തുകൾ.

9

ഇനിയുമൊഴുക്കാം
വീണയിൽ പഴയ വീഞ്ഞു പോൽ
വീര്യമുള്ള പ്രേമ സംഗീതം.
ഇനിയുമൊഴുക്കാം
വീണയിൽ പഴയ വീഞ്ഞു പോൽ
വീര്യമുള്ള പ്രേമ സംഗീതം.

56. വി.ജി തമ്പി

കാലഘട്ടം - 1955 -

കൃതികൾ

[ആയിരം ചിറകുള്ള പക്ഷി...]

1

ഭയമില്ലാതെ പാമ്പുകൾക്കിടയിൽ
കിടക്കാൻ എനിക്ക് കവിത വേണം.
അജ്ഞാത ഭൂമിയിലേയ്ക്ക് ഞാൻ
വാഹനമില്ലാതെ യാത്ര ചെയ്തു.
ദേശത്തിന്റെ അതിർത്തികൾ നോക്കാതെ,
ഞാൻ നൃത്തം ചെയ്തു.
അത്ഭുതങ്ങൾ ഓരോ ദിവസവും
കാഴ്ചകളായി എന്റെ മുന്നിൽ വന്നു.
രഹസ്യങ്ങൾ തേടി യാത്ര ചെയ്യുവാൻ
എനിക്ക് ഊർജ്ജം തന്നു.
കവിത എന്റെ യാത്രയാണ്.
നിങ്ങളുടെയും.
അവസാനമില്ലാത്ത യാത്ര.

57. ഡോക്ടർ സി രാവുണ്ണി

കാലഘട്ടം - 1955-

കൃതികൾ

[കാവ്യക്കേച്ചേർ, മാറ്റുദേശത്തെ കല്ലെഴുത്തുകൾ...]

1

നാവില്ലെങ്കിൽ കവിതയുണ്ടോ?
കവിതയില്ലെങ്കിൽ കലയുണ്ടോ?
കലയില്ലെങ്കിൽ നാടകമുണ്ടോ?
നാടകമില്ലെങ്കിൽ ജീവിതമുണ്ടോ?

2

തിരിച്ചോടില്ല ഞാൻ.
മൗനമാകാൻ മനസില്ലെനിക്ക്.
കാലങ്ങളോട് കലഹിച്ചും
കലഹത്തോടും കലഹിച്ചും
തിരിച്ചോടില്ലേ ഞാൻ.

3

കരിയുന്ന മരങ്ങളിലും
പൂക്കുന്ന മരങ്ങളിലും
കവിതകൾ പൂക്കും.
മൗനമാകാൻ മനസില്ലെനിക്ക്.
മുഖമൂടിയണിയാൻ
കഴിയില്ലെനിക്ക്
നഗ്നനായി പൊരുതും
ഞാൻ മരണം വരെ.

58. പ്രഭാവർമ്മ

കാലഘട്ടം - 1959 -

കൃതികൾ

[സൗപർണിക,(1990), പ്രഭാവർമ്മയുടെ കവിതകൾ (40
വർഷത്തെ മുന്നൂറ് ഒറ്റകവിതകൾ - ഡിസി ബുക്സ്),
ശ്യാമ മാധവം...]

1

എഴുത്തച്ഛരനെന്ന തുഞ്ചത്തു-നിന്നൊഴുകി,
വള്ളത്തോളിൻ വള്ളത്തിൽ
കുഞ്ചനായി തുള്ളി തുള്ളി,
ആശാ-നായി മാറിയല്ലോ.

2

ചങ്ങമ്പുഴയിലൂടെ ഒഴുകി ഒഴുകി,
ദേശം ഇടപ്പള്ളി വഴി വൈലോപ്പിള്ളിയിലെത്തി.
ജി-യിലും പി-യിലുമെത്തി. വയലാ-റിലുമെത്തി.
ഭാസ്കര ഭാവത്തിൽ ഓഎൻവിയുമായി,

ഇടശ്ശേരി ശക്തിയും ചേർന്നൊഴുകി.

3

മഞ്ഞു തുള്ളിയിൽ മുത്തുകൾ കാണും
മുത്തുകൾ കവിതകളാകും.
ഇളം കാറ്റിലുലയുന്ന ചലനത്തിൽ
ചലനങ്ങൾ ഗാനങ്ങളാകും.

4

പകൽ അസ്തമിക്കും പോലെ,
ഇതൾ വാടും പോലെ,
ഇതൾ പൊഴിയും പോലെ,
തീ ആളുന്ന പോലെ,
തീ അണയുന്ന പോലെ,

5

അകത്ത് ഇരുൾ നിറയുന്ന പോലെ,
ഇരുളിൽ പ്രഭ നിറയും പോലെ,
നീലാകാശം പ്രഭയാകും പോലെ,
പ്രഭയായി പ്രഭയായി പ്രഭ.

59. ആലങ്കോട് ലീല കൃഷ്ണൻ

കാലഘട്ടം - 1960 -

കൃതികൾ

[സൈബർ നിലാവ്,നിലാസാധകം,പ്രഭാത നടത്തത്തിൽ
ഒരു നായ കുട്ടി,അപ്രത്യക്ഷം....]

1

ഞാനെന്ന വാക്കൊരു സ്നേഹമായി മാറുന്ന,
ഭൂലോകം സ്വപ്നത്തിൽ കണ്ടിടുന്നു.
ഒരു കവിത മാത്രം ഒരു കവിത മാത്രം
എഴുതുവാൻ ആഗ്രഹമെന്നു-മെന്നും.
ഒരു കവിത മാത്രം ഒരു കവിത മാത്രം
ചൊല്ലുവാൻ ആഗ്രഹമെന്നു-മെന്നും.
കൊല്ലരുത്. കൊല്ലരുത്. കൊല്ലരുത്.
അരുത്. അരുത്. കൊല്ലരുത്.

2

ഞാനൊരു സഞ്ചാരി
പിനടന്ന പാഥയിൽ
ഓടി നടന്ന സഞ്ചാരി.
പ്രകൃതി പ്രണയത്താൽ
സ്വയമെരിഞ്ഞു,
സംസ്കാരം തേടിയലഞ്ഞു,
സ്വയം നവീകരിക്കുന്നു.
പുതു പാഥകൾ കണ്ടെത്തുന്നു.
നാട്ടുവഴികളിൽ.
കവിതയെനിക്കൊരു ദൈവം
ഭാഷയെനിക്കൊരു ദേവാലയ സത്യ
മെൻ ലോക സമാധാനം.
***

പി - കവി പി. കുഞ്ഞിരാമൻ നായരുടെ വിളിപ്പേര്

60. ഗിരീഷ് പുത്തഞ്ചേരി

കാലഘട്ടം - 1961 - 2010

കൃതികൾ

[തനിച്ചല്ല - പാപ്പിയോൺ ബുക്സ് കോഴിക്കോട്]

1

മൂവന്തി താഴ്വരയിൽ ഒരു കിളി പാട്ടു മൂളവേ, അമ്മമഴക്കാറിനു കൺ നിറഞ്ഞു ആ കണ്ണിൽ ഞാൻ നനഞ്ഞു, ഞാനൊരു പാട്ടു പാടാം, സൂര്യ കിരീടം വീണുടഞ്ഞു രാവിൻ തിരുവരങ്ങിൽ, നിലാവേ മായുമോ കിനാവിൻ നോവുമായ്, നിലാവിന്റെ നീല ഭസ്മ കുറിയണിഞ്ഞവളെ, കണ്ണ് നട്ട് കാത്തിരുന്നിട്ടും എന്റെ കരളിന്റെ കരിമ്പു തോട്ടം കട്ടെടുത്തതാരാണു? കളഭം തരാം ഭഗവാനെൻ മനസ്സും തരാം, ഹരി മുരളീരവം ഹരിത വൃന്ദാവനം, പിന്നെയും പിന്നെയും ആരോ കിനാവിന്റെ പടി കടന്നെത്തുന്ന പദനിസ്വനം പടി കടന്നെത്തുന്ന പദനിസ്വനം, മറന്നിട്ടുമെന്തിനോ മനസ്സിൽ തുളുമ്പുന്നു മൗനാനുരാഗത്തിൻ ലോലഭാവം...... നിലാവേ മായുമോ കിനാവിൻ

നോവുമായ്.....

#

[കിനാവിൻ നോവായി ഗിരീഷ് നമ്മിൽ നിന്നും
അതിവേഗം മറഞ്ഞു......നിലാവേ മായാതിരുന്നെങ്കിൽ]

61. സുഭാഷ് ചന്ദ്രൻ

1

ആലുവ ദേശത്ത്,
എൻ.കെ ദേശകവി-
യോടൊപ്പമൊരുണ്ണി,
കവിയുണ്ട്.

2

കവി കുഞ്ഞുണ്ണിയ്ക്ക്
കവിതാ സന്തതി-
യുണ്ടെങ്കിൽ,
ഒരു പേരുണ്ട്,
ചൊല്ലീടാം.
സുഭാഷ് ചന്ദ്രുണ്ണി.

62. ഷിബു ചക്രവർത്തി

കാലഘട്ടം - 1961 -

[സിനിമ ഗാനരചയിതാക്കളെ കവികളുടെ ഗണത്തിൽ പലപ്പോഴും കണ്ടിട്ടില്ല. പ്രേമ സന്തോഷ ദുഃഖ ഗാനങ്ങൾ മാത്രമായതാണോ കാരണമെന്നറിയില്ല. എന്തായാലും എനിക്ക് പ്രിയപ്പെട്ട ചില പാട്ടുകൾ എഴുതിയവരെ ഈ പുസ്തകത്തിൽ അവരുടെ പാട്ടിലേക്കുള്ള സൂചനയായി മാത്രം കണ്ടുകൊണ്ട് ഉൾപ്പെടുത്തിയിരിക്കുന്നു. പൊറുക്കുക. അവരുടെ മധുരം തുളുമ്പുന്ന ഗാനങ്ങളെ വക്രീകരിച്ചു എന്ന് പറയരുത്. ഓർമ്മപ്പെടുത്തൽ മാത്രം. എന്റെ സ്നേഹം. ഒരു ചെറിയ കുസൃതിയും....അവരുടെ പ്രശസ്തമായ പാട്ടുകളിലെ വരികൾ കൂട്ടി യോജിപ്പിച്ചിരിക്കുന്നു.]

1

പൂക്കൈത പൂക്കുന്ന കാലത്ത്,
പാടം പൂത്തൊരു കാലത്ത്,
ദൂരെ കിഴക്കുദിക്കും മാണിക്യമായ്,
പൂങ്കാറ്റേ പോയി ചൊല്ലാമോ?
തുമ്പിപ്പെണ്ണേ പോയി ചൊല്ലുമോ?
ഈറൻ മേഘം പൂവും കൊണ്ട്,

അന്തിപ്പൊൻവെട്ടം മെല്ലെ താഴുമ്പോൾ
കടലിൽ മെല്ലെ താഴുമ്പോൾ
സംഗീതമേ... വിണ്ണിലെ ഗന്ധർവ
വീണകൾ പാടുന്ന സംഗീതമേ
ഓർമ്മകൾ ഓടി കളിക്കുവാൻ എത്തുന്നു
മുറ്റത്തെ ചക്കര മാവിൻ ചുവട്ടിൽ.

ഒരു ചെറിയ കുസൃതി

[ഇതേ വരികൾ കേക വൃത്തത്തിൽ ചൊല്ലി നോക്കാം]

2

ദൂരെ കിഴക്കു ഉദി-ക്കും മാണിക്യ മുത്തോ ചൊല്ല്
അന്തിയിൽ-പ്പൊൻ വെട്ടത്ത് മെല്ലെ താഴുന്നു പൂക്കൾ.
ഈറൻ മേഘവു-മായ് പൂക്കളും കണ്ടീടുന്നു.
പാടം പൂത്തൊരു കാലം പൂകൈത പൂത്തിടുന്നു.
തുമ്പിപ്പെണ്ണു-ങ്ങൾ ഓരോ പൂങ്കാറ്റിൽ ചൊല്ലീടുന്നു.
സംഗീതം വിണ്ണി-ലോരോ ഗന്ധർവ്വ വീണയായി.
ഓർമ്മകൾ കളി-ക്കുന്നു മുറ്റത്തെ മുല്ല പൂവിൽ.
മാവിന്റെ ചുവട്ടിലോ എത്തുന്നു ഗാനമായ്.

63. റഫീഖ് അഹമ്മദ്

കാലഘട്ടം - 1961 -

കൃതികൾ

[റഫീഖ് അഹമ്മദിന്റെ കവിതകൾ - മാതൃഭൂമി ബുക്സ്...]

1

കരിങ്കല്ലിൽ പോലുമൊരു പീലിയാൽ
കൊണ്ടുഴിഞ്ഞുറവയൊരുക്കും
തന്ത്ര മാന്ത്രികനാണല്ലൊ റഫി.

2

ചതുപ്പിൽ കൊമ്പു പിടിക്കും സാധുവല്ല.
വാക്കുകളിൽ വെളിച്ചം വിതറും മധുരമാണ്.
മഴകൊണ്ട് മാത്രം മുളയ്ക്കുന്ന വിത്തുകൾ പോലെ
മഴകൊണ്ട് മാത്രം തളിർക്കുന്ന ചില്ലകൾ പോലെ

3

കുഞ്ഞു മനസ്സിനെ നോവിക്കും
ശിവകാമിയല്ലല്ലോ തോരാമഴ.
കാലത്തെ നോക്കാതെ
എത്തിനോക്കുന്നൊരു
കാലാനാം വില്ലന്റെ തോരാമഴ.

4

വഴിയോര തൊട്ടിലിൽ
ഉറങ്ങും കുഞ്ഞിന്റെ
അരികത്ത് പുകയിൽ
ഇറങ്ങില്ല മാലാഖ.
ഇടിഞ്ഞു പൊളിഞ്ഞ
ലോകമൊരു കാഴ്ച.
ശിവകാമിയൊരു കാഴ്ച.
വെളുപ്പുമൊരു കാഴ്ച.

5

ഒരു കാറ്റിലാടുന്ന മരങ്ങളെല്ലാം
പല വിത്തിൽ കിളിർത്തവരായിരുന്നു.
പല മിത്തിൽ വളർന്ന ചെടികളെല്ലാം
പല മരമായി; പല പേരുമായി.
ഒരു മണ്ണിൽ ഒരു കാറ്റിൽ ആടുന്നു
പാടുന്നു താളം പിടിക്കുന്നു.

ഒരു താളം ഒരു താളം ഒരു താളം.
കാഴ്ചക്കുള്ളിലെ കാഴ്ചകൾ കാണും
കാഴ്ച തന്നെയാ-ണാ കവിത.

6

വിശക്കുന്ന വയറുമായ് ഉയരത്തിലാടുന്ന
ശിവകാമി പ്പൊക്ക-മില്ലൊന്നിനും.
വിശക്കുന്ന വയറുമായ് ഉയരത്തിലാടുന്ന
ശിവകാമി പ്പൊക്ക-മില്ലൊന്നിനും.
വലുപ്പത്തിൽ വലുതായി
തിളങ്ങുന്ന തിളക്കത്തെ
ഉരുക്കി ചെറുതാക്കി
ശിവകാമി താണ്ഡവം.

7

കടലിനോടൊന്നും പറയുവാനില്ലെനിക്ക്
ഇന്നത്തെ പോലെ ഇന്നായിരിക്കുമോ
നാളത്തെ ഇന്നുകൾ?
മഴകൾ പലതുണ്ട് കാഴ്ചയിൽ
മഴയായ് ചൊരിയും വാക്കുകൾ.
കാരുണ്യ മഴയായ് ചൊരിയും റഫീക്കിൻ
മിഴി നീരോ മഴ നീരോ ദീപ്തമല്ലോ...

8

മഴകൊണ്ട് മാത്രം മുളച്ചതല്ല.
റഫീക്കിൻ വിത്തുകളെറിഞ്ഞതാണ്.
മലയാള-മ്മതൻ സ്നേഹത്തിൻ കാഴ്ചയിൽ
കവിത കവി-ഗർഭം ധരിച്ചതാണ് .
മഴകൊണ്ട് മാത്രം മുളച്ചതല്ല.
റഫീക്കിൻ വിത്തുകളെറിഞ്ഞതാണ്.
മലയാള-മ്മതൻ സ്നേഹത്തിൻ കാഴ്ചയിൽ
കവിത കവി-ഗർഭം ധരിച്ചാണ്.

#

ശിവകാമി - തെരുവ് ജാലവിദ്യക്കാരന്റെ കൂടെ
ഉയരത്തിൽ ഒരു കമ്പിന് മീതെ ഇരുന്ന് നൃത്തം
ചെയ്യുന്ന അനാഥയായ പെൺകുട്ടി.

64. യു.എ. രാജേന്ദ്രൻ

മുഖവുര

[യുട്യൂബ് എന്ന മാധ്യമത്തിലാണ് ഇദ്ദേഹത്തിന്റെ കവിതകൾ ഞാൻ കേട്ടത്. എത്ര മനോഹരം. ഒരു വർഷക്കാലം കൂടിയെന്ന കവിത സമാഹാരം പുസ്തകമായി പ്രസിദ്ധീകരിച്ചിട്ടുണ്ട്.]

1

നന്ദി കവിതയ്ക്ക്
രാജേന്ദ്രനു നന്ദി.
സായന്തനത്തിനും നന്ദി.
അസ്തമയത്തിന് മുമ്പേ
നന്ദി പറഞ്ഞതിന് നന്ദി.
ഉള്ളിൽ കൊള്ളുന്ന,
ഉൾകൊള്ളുന്ന,
മനസ്സിന് നന്ദി.
ആചാര വെടി വേണ്ടെന്ന്
കേൾക്കുന്ന കാതിന് നന്ദി.
ഇന്നലെകളിലേയ്ക്ക്
തിരിച്ചു നടന്നോണക്കാലത്തെ,
പാട്ടു പാടി വിളിച്ചതിന് നന്ദി.

65. കെ . ആർ ടോണി

• 147 •

കാലഘട്ടം - 1960 -

ജിജിയിലുണ്ട് ടോണി.
ടോണിയിലുണ്ട് ജിജി.

66. എസ് ജോസഫ്

കാലഘട്ടം - 1965 -

കൃതികൾ

[കറുത്ത കല്ല്, വെള്ളം എത്ര ലളിതമാണ്, മീൻകാരൻ, ഓർഫ്യൂസ്, മഞ്ഞ പറന്നാൽ, ചന്ദ്രനോടൊപ്പം...]

1

കറുപ്പ് ഒരു ലഹരി കൂടിയാണ്.
കറുത്ത കല്ലിൽ കൊത്തിയ
ചിത്ര ശലഭമായിരുന്നു.
ചിത്രശലഭമോ?
അതെ, കറുത്ത ചിത്രശലഭം.
കരിങ്കല്ലിൽ കൊത്തിവെച്ച ചിത്രമാണ്.
ചിത്രശലഭമല്ല. ഇരുട്ടിൽ കരിങ്കല്ലിൽ
കണ്ട കാഴ്ചയാണ്.

2

പൊരി വെയിലത്ത് വാടിയ കല്ലല്ല.

വാടാനവകാശമില്ലാത്ത കല്ലുകൾ.
കറുപ്പ് ലഹരി മാത്രമല്ല, ശക്തികൂടിയാണ്.
രാത്രിയെ പ്രണയിക്കുന്ന കല്ലുകൾ.
ചോദ്യങ്ങളില്ലാതെ
നിസ്സംഗതയോടെ
പരുത്ത കല്ലിൻ മേനിയിൽ
നിറമേതെന്ന് അറിയാതെ
ഇരുളിൽ പ്രണയിക്കുന്ന കല്ലുകളാണ്.

3

കാട്ടിലെ കിളികളുടെ പാട്ടുകൾ
കേൾക്കാൻ ഒറ്റയ്ക്കിരുന്നു.
കാട്ടിലെ കല്ലിൽ
കറുത്ത കല്ലിൽ.
കാട്ടിലെ ആഴങ്ങൾ
അടച്ചിട്ട പുഴയുടെ തീരത്ത്.

67. അൻവർ അലി

കാലഘട്ടം - 1966 -

കൃതികൾ

[മഴക്കാലം, ആടിയാടി അലഞ്ഞ മരങ്ങളെ...]

1

ചുള്ളിക്കാടിന്റെ ചോരയും
കടമ്മനിട്ടയുടെ ചോരയും
അലി ഞരമ്പിൽ കയറി,
വികാരമൊഴുകി വിചാരമായി,
തിളപ്പായി തിളങ്ങി തുടങ്ങി,
വാക്കുകൾ.

2

അടച്ചിരിപ്പു കാലത്തെ,
നിരീക്ഷകനാണ് ഞാൻ.
സദാചാരിയല്ല.
ഭരണകൂട ഭീകരാചാരങ്ങൾ

സദാചാരങ്ങളായി മാറവെ,
നിരീക്ഷകനാണ് ഞാന്‍.

3

എങ്കിലും ഞാന്‍ അലറി കരഞ്ഞു,
ഡും ഡും ഡും ഡും.
നിയമ നീതിക്കായി.
നീതികള്‍ വളച്ചൊടിക്കും
ഭരണ ചക്രങ്ങളില്‍
ആണിയടിക്കാന്‍ ഒരു പാഴ്ശ്രമം.
ജയിലറയിലടച്ച ശബ്ദങ്ങള്‍ക്ക്
ശബ്ദം നല്‍കിയ കരച്ചിലും കവിതയായി
അമീബപോല്‍ വളരുന്നു
എന്‍ കവിത.

4

ഞാന്‍ അറിയുന്നു.
എന്നെ അറിയുന്നു.
തെന്നി തെന്നി
ഞാന്‍ നീങ്ങുന്നു.
പുതു നിമിഷത്തില്‍
പുതു തെന്നലാകാന്‍.
മിഴിയില്‍ നിന്നും മിഴിയിലേയ്ക്ക്.
സ്മരണകള്‍ കാടുകയറി.
ഓര്‍മ്മകള്‍ കാറ്റിലായി.

68. മുരുകൻ കാട്ടാക്കട

കാലഘട്ടം - 1967-

കൃതികൾ

[ഓണം,കണ്ണട,ബാഗ്ദാദ്,കാത്തിരിപ്പ്,പറയുവാനാകാത്ത
ഒരായിരം കദനങ്ങൾ...]

1

മനുഷ്യനാകണം.
മനുഷ്യനാകണം.
പറയുവാൻ മറന്ന
കാവ്യമാകണം.
പാടുവാൻ മറന്ന
കവിത-യാകണം.

2

പൂമൊട്ടു പാടിയൊരു
കവിത-യാകണം.
സൂര്യകാന്തി പാടിയൊരു

കാവ്യമാകണം.
മനുഷ്യനാകണം.
മനുഷ്യനാകണം.

3

തിങ്കൾകാന്തിയിൽ
നിലാവുമാകണം.
പ്രകാശമാകണം.
മനുഷ്യനാകണം.
മനുഷ്യനാകണം.

69. അശോകൻ പുത്തൂർ

കാലഘട്ടം - 1968 -

കൃതികൾ

[പരേതന്റെ മേൽവിലാസം (2013), നിലാവ് സ്വപ്നങ്ങൾക്ക് കണ്ണെഴുതുമ്പോൾ (2015), മഴമുറിച്ചു കടക്കുന്ന വെയിൽ(2017), പുഴചാരിയൊരു കടൽ മഴ നനഞ്ഞാകാശം കയറുന്നു (2017), മകരം മഞ്ഞിനോടും കാറ്റിനോടും പറഞ്ഞത്. (2019)]

മുഖവുര

അശോകൻ വൈരക്കല്ലുകൾ ഉരച്ചു നോക്കുന്ന തൊഴിൽ ഒരിക്കൽ ചെയ്തിരുന്നുവെന്ന് കേട്ടിട്ടുണ്ട്. എന്നെ അത്ഭുതപ്പെടുത്തിയ കവിതകൾ എഴുതിയ എല്ലാവരും ഈ ഗ്രന്ഥത്തിൽ ഉണ്ട്. അവരെയും അശോകൻ പുത്തൂർ അത്ഭുതപ്പെടുത്തും. രണ്ടു വരിയിൽ ഇദ്ദേഹത്തെ കുറിച്ച് എഴുതട്ടെ.

1.

"വൈരക്കല്ലുകളുരച്ചവസാനം
വൈരക്കല്ലായി മാറിയല്ലോ."

2

പരേതന്റെ മേൽവിലാസത്തിൽ
വജ്രങ്ങൾ വിതറിയ പുത്തൂർ.
നിലാവ് സ്വപ്നങ്ങൾക്ക് കണ്ണെഴുതുമ്പോൾ,
മഴമുറിച്ചു കടക്കുന്ന വെയിൽ,
പുഴചാരിയൊരു കടൽ,
മഴ നനഞ്ഞാകാശം കയറുന്നു,
മകരം മഞ്ഞിനോടും
കാറ്റിനോടും പറഞ്ഞത്.
ഒരു കവിതയായിരുന്നു.
അശോകൻ കവിയാകുന്നു.
അശോക കവി.
ചക്രവർത്തി.
ജീവിത ചക്രങ്ങളായ കവി.
ജീവിതമായ കവി.
കവിതയായ കവി.
അശോകൻ കവിതയാകുന്നു.

3

എന്നോടൊരിക്കൽ പറഞ്ഞു:
തൊഴിലാളിയാണെന്ന്
ഞാൻ പാടുന്നു:

അശോകൻ തൊഴിലാളിയല്ല.
കവിതാളിയാണ്.
കവികൾ കവിതയാകുന്നു.

70. കമറുദ്ദീൻ ആമയം

കാലഘട്ടം - 1968 -

കൃതികൾ

[കവിതകൾ, സ്വർഗ്ഗത്തിലേക്കുള്ള പടികൾ.]

1

ഓരോ സുഹൃത്തും
ഓരോ പുതിയ കണ്ടുപിടുത്തമാണെന്ന്
ഞാൻ തിരിച്ചറിയുന്നു.
ഓന്തിനെപ്പോലെയുണ്ട് ചിലർ.
ആമയെപ്പോലെ തല അകത്തേക്ക്
വലിക്കുന്നവരുമുണ്ട്.
ബ്രൂട്ടസുമുണ്ട് യൂദാസുമുണ്ട്.
ചെണ്ട കൊട്ടുന്നവരുമുണ്ട്.
ഇന്നത്തെ പത്രമുണ്ടോയെന്ന് ചോദിക്കുമ്പോൾ;
നാളത്തെ വാർത്തകൾ
സൃഷ്ടിക്കാമെന്ന് ന്യൂസ് കവിത.
സമാധാനത്തെ കലാപമാക്കാനും
കലാപത്തെ യുദ്ധമാക്കാനും

അശ്രദ്ധമായൊരു വിവർത്തനം മതിയെന്ന്
കമറുദ്ദീൻ പാടുന്നു.
കുൽഫിയല്ല കുഫിയ
കാശ്മീരി ആപ്പിളുമല്ല.
തലയിണയാണെൻ കവിത.
അത്താണിയാണെൻ കവിത.
തത്ത്വജ്ഞാനിയുടെ കിളിയുടെ
കൂട്ടിലെ മുട്ടകളാണവ.

71. റഫീഖ് എടപ്പാൾ

കാലഘട്ടം - 1968-

കൃതികൾ

[പ്രവാസ ചുമരിലെ ചിത്രങ്ങൾ]

1

പ്രവാസത്തിൽ നാടകമഭിനയിച്ച്
പെരുന്നാൾ ആഘോഷിച്ചു.
മണൽക്കാറ്റിൽ ജയിച്ച
വാക്കുകൾ പ്രവാസ ചുമരിലെ
ചിത്രങ്ങളായിരുന്നു.
ചെലവും വരവും കഴിച്ച് പൂജ്യം.
തിരിച്ചു പോക്കില്ലെങ്കിൽ,
തണുപ്പിൽ ഉണരാൻ കഴിയില്ല.
എന്നു വരുമെന്ന്
ചോദിക്കാൻ കഴിയില്ല.
വിയർപ്പിന്റെ കണക്ക്
എഴുതി വെയ്ക്കാറില്ല.

2

നാട്ടിൽ മഴ പെയ്യുമ്പോൾ
മനസ്സ് കുളിർക്കും.
തളിർക്കും.
കണക്കുകൾ മറക്കും.
പ്രവാസിയുടെ ഭാര്യയുടെ
ഓർമ്മപ്പൂക്കളായി മാറും.
എന്റെ നാട് ഓർമ്മപ്പൂക്കളുടെ
സുഗന്ധമുള്ള വലിയ ശവപ്പറമ്പാണ്.

72. അനിൽ പനച്ചൂരാൻ

കാലഘട്ടം - 1969-2021

1

ഒരു ഗാനം കൊണ്ടു ഞാൻ എഴുതും
ഒരാ-യിരം വർഷം പാടുവാൻ.
ഇനിയില്ല. ഇനി ഒരു കവിതയില്ല.
പാട്ടില്ല. ഒരു വരിയിൽ ഞാനുണ്ട്.

2

ഒരേ ഒരു വരി.
ഒരേ ഒരു വരി.
എന്തിനധികം വരികൾ?
ഒരു വരിയിൽ ഭൂലോക വിപ്ലവങ്ങൾ
ഉണരുന്നു.
ഞാനും ഉണരുന്നു.
ഒരേ ഒരു വരി.

3

"ചോര വീണ
മണ്ണിൽ നിന്നുയർന്നു
വന്ന പൂമരം."
വിപ്ലവം.........വിപ്ലവം..........വിപ്ലവം.
തൂലിക കുഴലിൽ നിന്നുയർന്ന വിപ്ലവം.
തൂലിക കുഴലിൽ നിന്നുയർന്ന വിപ്ലവം.
വിപ്ലവം.........വിപ്ലവം..........വിപ്ലവം.

73. പി.എൻ ഗോപികൃഷ്ണൻ

കാലഘട്ടം - 1969-

കൃതികൾ

[കവിത മാംസഭോജിയാണ്, ബിരിയാണിയും മറ്റു കവിതകളും, മടിയരുടെ മാനിഫെസ്റ്റോ, ഇടിക്കാലൂരി പനമ്പട്ടടി...]

1

മസാല ദോശയുടെ മാതാവ് തീയാണെന്ന്
കണ്ടുപിടിച്ച ശാസ്ത്രജ്ഞൻ.
ദൈവമല്ല;
തീയാണ് എല്ലാം സൃഷ്ടിച്ചത്.
ഗാന്ധിയെ,
പഠിച്ചിട്ടുണ്ട്. അതുകൊണ്ടാണ് കുപ്പായ
മൂരിയാൽ ഇന്ത്യ വെറും മണ്ണായ്
ഊർന്നുപോകുമെന്ന് കണ്ടുപിടിച്ചത്.

2

വെട്ടിക്കളഞ്ഞ വരിയെ അന്വേഷിക്കുന്നവൻ

ചോദിക്കും,
കവിതയെയാണോ, എന്നെയാണോ
ഞാൻ സംരക്ഷിക്കേണ്ടത്?

3

ചുണ്ടുകൾ കൊണ്ട്
നീ അത് ചെയ്തപ്പോൾ
എന്നെ നീ സംരക്ഷിച്ചു.
ലോകം മാഞ്ഞു പോയി.
കവിത ബാക്കിയായി.

4

ചിരിയെന്ന കവിത.
ചിരി വെറുമൊരു കവിതയല്ല.
അത് സ്വാതന്ത്ര്യ പ്രഖ്യാപനമാണ്.
അതിർത്തികൾ ഭേദിക്കുന്ന,
അതിർത്തികൾ അലിയുന്ന,
ലോകമില്ലാതാകുന്ന ലോകം.
ഒരു ചിരിയിൽ, ചിരിയെന്ന വാക്കിൽ,
ഗോപീ നീ ലോകത്തെ മുഴുവൻ
വരച്ചു തീർത്തല്ലോ !
ചിരിയെന്നാൽ സന്തോഷമെന്ന് കരുതുന്നവരെ
ഞെട്ടിക്കുന്ന ചിരി !
ഒരു ചിരിയിൽ ലോകത്തെ മുഴുവൻ
ഒളിപ്പിക്കാൻ നിന്നെ പഠിപ്പിച്ചതാരാണ്?

5

ചിരി സ്വാതന്ത്ര്യമാണോ?
ചിരി ഒരു തടവറയാണോ?
ചിരി ഏതിലേയ്ക്കുള്ള പാതയാണ് ?
ചിരി ഒരു കാട്ടുപാതയാണ്.
വന്യമായ പാത.
നീ അവിടെ വഴി പറഞ്ഞുകൊടുക്കുവാൻ
പാതിദൂരമെങ്കിലും ഉണ്ടാവണം.

74. പി.പി രാമചന്ദ്രൻ

കാലഘട്ടം - 1970 -

കൃതികൾ

[കാണെക്കണെ, രണ്ടായി മുറിച്ചത്, കാറ്റേ കടലേ,
കലംകാരി, ലളിതം ...]

1

ഒച്ചിലും മച്ചിലും കവിത.
തൂണിലും തുരുമ്പിലും കവിത.
വാക്കിലും നോക്കിലും കവിത.
മീനുകൾ തല വെട്ടി-
തിരിയുന്ന വേഗത്തിൽ,
കവിതകൾ കാണുന്ന പി.പി.
ഒച്ചിലും മച്ചിലും കവിത.
തൂണിലും തുരുമ്പിലും കവിത.
വാക്കിലും നോക്കിലും കവിത.

2

കലർപ്പിൽ കലരുന്ന,
നിറങ്ങളെയൊക്കെയും
മഴവില്ലിൽ
കാണുന്ന കവിത.
ജാഥയിൽ കവിത,
അണുവിലും കവിത.
വഴി മാറി നടക്കുവാൻ
മോഹിക്കും കവിതകൾ
വഴിയായി മാറിയ കവിത.
മീനുകൾ തല വെട്ടി-
തിരിയുന്ന വേഗത്തിൽ,
കവിതകൾ കാണുന്ന പി.പി.
മീനുകൾ തല വെട്ടി-
തിരിയുന്ന വേഗത്തിൽ,
കവിതകൾ കാണുന്ന പി.പി.

75. പി. രാമൻ

കാലഘട്ടം - 1972-

കൃതികൾ

[കനം, ഭാഷയും കുഞ്ഞും, ഇരുമ്പ്....]

1

കവിതയൊഴുകി,
കനമില്ലാതെ കനത്തിൽ.
മുല്ലത്തറയിൽ നാലുമണിയ്ക്ക്
സൂര്യരശ്മി വിലാപമൊഴുക്കിയപ്പോൾ
പഴയ കാഴ്ചകൾ ദീർഘായുസ്സിൻ
രഹസ്യമോതി.

2

ക്ഷീര പഥം പോൽ
ഒഴുക്കിൽ ശാന്തമായ് കവിത.
പഴയ വീടിന്റെ ഓർമ്മയിൽ
ആഹ്ലാദവും സംഗീതവും.

ആഴമേ വിട, ആഴമേ വിട,
മാറാലയിൽ തിങ്ങി നിന്നീടുമീ
ഇടനാഴിയിൽ ഒരു വയസ്സന്റെ ജനനം.

3

അങ്ങനെയൊരാൾ ഉണ്ടായിരിക്കില്ലെന്ന്
ഞാൻ കരുതവെ, മൊയ്തീൻ പറഞ്ഞു :
"ഉറങ്ങാതിരിക്കാൻ വയ്യാത്തതു കൊണ്ട്
വല്ലപ്പോഴും ഒരു കവിത തലോടുന്നു.
വായനക്കാരില്ലാത്ത ഒരു കവി കണ്ട സ്വപ്നം."

4

ഒരു കവിയുടെ നീണ്ട മൗനം
മങ്ങിയ വെളിച്ചത്തിലും
പകൽ പോലെ വ്യക്തമല്ലോ.
ഭാഷയും കുഞ്ഞും സ്വന്തം ആനന്ദം.
സ്വന്തം മണ്ണ് തുരുത്തുകൾ സ്വന്തം രഹസ്യം.
ഭാഷയും കുഞ്ഞും സ്വന്തം ആനന്ദം.
സ്വന്തം മണ്ണ് തുരുത്തുകൾ സ്വന്തം രഹസ്യം.

76. രാജീവ് ആലുങ്കൽ

കാലഘട്ടം (1973 -

കൃതികൾ

[നിലവിളി തെയ്യം, വേരുകളുടെ വേദാന്തം, പല്ലൊട്ടി മിഠായി, കനൽ പെണ്ണ് ...]

1

പേരിന്റെ വാലായി ആലുമുണ്ട്,
ആലിന്റെ വേരിലും കവിതയുണ്ട്,
വേരിന്റെ വേദാന്ത ഗാനമുണ്ട്,
ചെമ്പകപ്പൂവിലും കവിതയുണ്ട്.
ചൊല്ലുവാൻ പക്ഷികൾ ഏറെയുണ്ട്,
നാടുചുറ്റി പക്ഷി കാഴ്ചയുണ്ട്.

2

നിശയിലെ മൗനവും ഗാനമാകും,
ചിതലിലെ കഥകളും കവിതയാകും,
ആലിന്റെ വേരിന്റെ ആഴമാണ്.

ബാല്യം കളഞ്ഞു പോയതല്ല,
ആലിന്ന് താഴെ ഇരുന്നതാണ്.

3

ആത്മ തീർത്ഥാടന യാത്രയാണ്,
ബോധിമരകാറ്റ് തലോടിയല്ലോ
പേരിന്റെ വാലായി ആലുമുണ്ട്,
ആലിന്റെ വേരിലും കവിതയുണ്ട്,
വേരിന്റെ വേദാന്ത ഗാനമുണ്ട്,
ബോധിമരകാറ്റ് തലോടിയല്ലോ.....
ബോധിമരകാറ്റ് തലോടിയല്ലോ.....

77. ലിൻഡോ ചിറമ്മൽ

കാലഘട്ടം - 1973 -

കൃതികൾ

[ബോൺസൈ(2007), എന്റെ തത്വ ചിന്തകൾ (1999)]

1

ബോൺസായ് ചിന്തകളോളം
നിസാരനാം മനുഷ്യൻ.
വിധിക്കപ്പെട്ടവന്റെ വാഴ്‌വിന്റെ
കാലമെഴുതുന്നു.
മുകളിലിരുന്നു വിധിക്കുന്നവനും
ബോൺസായ്.

2

എവിടെയും കവർച്ചക്കാരനെ കാണുന്നു.
പൂച്ചൂടിയവരാരും
പൂവിന് ജന്മം നല്കിയവരല്ല.
എന്നിൽ നിന്നൊഴുകിയ

പുഞ്ചിരിയും കണ്ണു നീരും
എന്റെയല്ല, നിന്റേതായിരുന്നു.

3

നമുക്കിടയിൽ പുഴയുണ്ടെന്നും
പുഴയിൽ വള്ളമുണ്ടെന്നും
ഞാനൊരു വള്ളക്കാരൻ
മാത്രമെന്നറിയുമ്പോഴും
കുതിരയും കുതിരക്കാരനും
ഞാനെന്ന ഭാവത്തിൽ
അഹങ്കരിക്കുന്നതോർത്താൽ....

78. വിത്സൺ കുഴൂർ

കൃതികൾ

[കുഴൂർ വിത്സന്റെ കവിതകൾ - ഡിസി ബുക്സ് .]

1

നാട്ടിലല്ല കാട്ടിൽ ഒഴുകുന്ന
കാട്ടറാണ് കുഴൂർ പുഴകൾ.
അനുവാദമില്ലാതെ വസന്തത്തോടെ
കിന്നാരം ചൊല്ലിയ കുഴൂർ.
കടലിനോട് പാടിയ
മരുഭൂമിയോട് പാടിയ
പാട്ടുകൾ.

2

ഒറ്റയ്ക്കാവുമെന്നറിഞ്ഞിട്ടും
സ്നേഹം വിളമ്പിയ കുഴൂർ.
കാട്ടിലും കരയിലും ഒറ്റപ്പെട്ട
മരുഭൂമിയിൽ തനിച്ചായി
വെയിലത്തും മഴയത്തും
ഇരുളിലും ഒറ്റപ്പെട്ടവൻ.

വരുന്നതും പോകുന്നതും
ആഗ്രഹിച്ചിട്ടല്ലെന്നറിയുന്നവൻ.

3

സ്നേഹിക്കാതിരിക്കാൻ
കഴിയില്ലെനിക്ക്
കാട്ടിൽ ഒറ്റപ്പെട്ടാലും.
എന്നെ നഷ്ടപ്പെട്ടാലും.

79. സിന കെ. എസ്

മുഖവുര

[വിന്റർ ഹൗസ് - കവിതകളിൽ ഞാൻ കണ്ട വളരെ വ്യത്യസ്തമായ ഒരു കലാസൃഷ്ടി. മലയാളിയുടെ ഇംഗ്ലീഷ് കവിത സമാഹാരമാണെങ്കിലും, ഇതുകൂടി ഞാൻ ഇവിടെ ചേർക്കുന്നു. കഴിഞ്ഞ വർഷം ജനിച്ച ഗ്രന്ഥം.]

1

ചിത്ര കലയിലെ രാജകുമാരി.
ചിത്രം കവിതയായ് വരച്ചുവല്ലോ.
അമൂല്യമാം ചായങ്ങളോരോന്നും
നിറക്കൂട്ടുകളായി കൂട്ടുകൂടി
നിറക്കൂട്ടിൻ രസതന്ത്രത്തിൽ
ഒളിപ്പിക്കും ചിന്തകളെ
കവിതകളാക്കി വീണ്ടും ചിത്രം
വരച്ചിടുന്നു. പുതുവരയിൽ
ഒളിപ്പിക്കും കവിതകളെ തേടി
അലയുമോ ഒരിക്കൽ കൂടി?

80. എന്നെ കുറിച്ച്

കാലഘട്ടം - 1976 -

കൃതികൾ

[ക്യൂരിയോസിറ്റി (2022),കണ്ണാടിക്കവിതകൾ(2023),
കവികൾ കവിതയാകുന്നു(2025)]

മുഖവുര

എനിക്ക് മുമ്പേ നടന്ന എല്ലാ കവികളുടെയും മലയാളം
ഭാഷയുടെയും അനുഗ്രഹത്താൽ എഴുതുന്നു.

1

കല്ലായിരുന്നു
പുല്ലായിരുന്നു
പൊടിയായിരുന്നു
മണ്ണായിരുന്നു
കണമായിരുന്നു
മുകിലായിരുന്നു.
മഴയായിരുന്നു

മഴ തുള്ളികളായിരുന്നു.

2

പൂമ്പൊടിയായി
മേമ്പൊടിയായി
വേപ്പിലയായി
അരുവിയായി
കുരുവിയായി
പറവയായി
പരുന്തുമായി.

3

എങ്കിലുമൊരു മോഹത്താൽ എൻ-
മനം തുടിയ്ക്കുന്നു കവിരാജന്മാർ,
എന്നിൽ ചൊരിഞ്ഞ മിന്നലിൽ.
പൈതലായൊരിക്കൽ മാറിടുവാൻ.
പൈതലായൊരിക്കൽ മാറിടുവാൻ.

81. ടി.പി വിനോദ്

കാലഘട്ടം - 1979 -

കൃതികൾ

[നിലവിളിയെ കുറിച്ചുള്ള കടങ്കഥകൾ, അല്ലാതെന്ത്,
സന്ദേഹങ്ങളുടെ നിർദ്ദേശാങ്കകൾ, ഗറില്ലാ സ്വഭാവമുള്ള
ഖേദം, സത്യമായും ലോകമേ.]

1

ശൂന്യതയിൽ അർത്ഥം കാണുന്ന വിനോദം.
കാഴ്ചകളിൽ കാണാത്ത കാഴ്ചകൾ
കാണുന്ന വിനോദം.

ശബ്ദങ്ങളിൽ കേൾക്കാത്ത ശബ്ദങ്ങൾ
കേൾക്കുന്ന വിനോദം.
ആ വിനോദത്തിൽ ഞാൻ
എന്നെയും കാണുന്നു.

82. വിജയരാജ മല്ലിക

കാലഘട്ടം - 1985 -

കൃതികൾ

[ദൈവത്തിന്റെ മകൾ, ആൺ നദി, മല്ലിക വസന്തം...]

1

ആണായി ജീവിക്കും എനിക്കും ഒരു വട്ടം,
പെണ്ണായി മാറുവാൻ ചിന്ത വന്നു.
മാറിടം വളർന്നോരോ പൂമാനുകൾ-പാതി,
സ്ത്രീയായി മാറിയ ജന്മം പോലെ.

2

ലാവമേൽ നടക്കുവാൻ നെഞ്ചുറപ്പില്ല,
എഴുതുമ്പോൾ നീ-യായി മാറീടുന്നു.
ആണായി മാറുന്നു,
പെണ്ണായി മാറുന്നു,
ആണും പെണ്ണുമായി മാറീടുന്നു.
പൂർണ്ണമായ് ഭൂവിലതൊന്നുമാത്രം

പെണ്ണായി ജനിച്ച പെണ്ണ് മാത്രം.

3

പുരുഷ രൂപാന്തര
പരിണാമ ക്രിയയിൽ
സ്ത്രീയായി മാറിയ പുഷ്പമല്ലോ!
പുഷ്പിക്കാനാവതി-ല്ലെന്ന് കരയുമ്പോൾ
പുഷ്പമായ് മാറിയ സൂര്യകാന്തി.

4

രാജമല്ലികേ,
അറിയാമെനിക്കുനിൻ പൊള്ളുന്ന കല്ലുകൾ,
കൊളളുന്ന കല്ലുകൾ
ചൂടുള്ള കല്ലുകൾ
ചുട്ടു പൊള്ളിയ കല്ലുകൾ, കട്ടകൾ.
അഗ്നി പർവ്വത കല്ലുകൾ.
പുഷ്പകാന്തി സൂര്യകാന്തി,
അഗ്നിയിൽ തിളങ്ങുന്ന കാന്തി,
തിളയ്ക്കുന്ന ലാവമേൽ തിളങ്ങുന്ന കാന്തി.
തിളയ്ക്കുന്ന ലാവമേൽ തിളങ്ങുന്ന കാന്തി.

നന്ദി

എനിക്ക് മുമ്പേ നടന്ന
എല്ലാ കവികൾക്കും നന്ദി.
ഗാനരചയിതാക്കൾക്കു നന്ദി.
നിരൂപകർക്കു നന്ദി.
പാട്ടുകളുടെ സംവിധായകർക്ക് നന്ദി.
നിർമിച്ചവർക്ക് നന്ദി.
പുസ്തക പ്രസാധകർക്ക് നന്ദി.
വിമർശകർക്ക് നന്ദി.
വായനക്കാർക്ക് നന്ദി.

പിൻകുറിപ്പ്

"ഈ ഗ്രന്ഥത്തിലെ കവിതകൾ സൂചനകളാണ്.
അറിയുന്നതും അറിയാത്തതുമായ സമുദ്രങ്ങളിലേക്കുള്ള
സൂചന കവിതകൾ."
ലിയോൺസ്.

റഫറൻസ് ഗ്രന്ഥങ്ങൾ

1. യൂട്യൂബിൽ നിരവധി കവികളുടെ കവിതകൾ കേട്ടും ഇന്റർനെറ്റിൽ വായിച്ചും സമാഹരിച്ച അറിവുകൾ

2. കൃഷ്ണഗാഥ - ചെറുശ്ശേരി , പി.കെ നാരായണ പിള്ള

3. വള്ളത്തോളിന്റെ ദേശ്സ്നേഹ കവിതകൾ - ഡോ എം.ആർ. തമ്പാൻ

4. സങ്കൽപ്പകാന്തി - ചങ്ങമ്പുഴ

5. കവിതയുടെ കാവു തീണ്ടൽ - ഡോ. പി. സോമൻ

6. അനുരാഗ ഗാനം പോലെ - യൂസഫ് അലി കേച്ചേരി

7. മലയാള കവിതാ സാഹിത്യ ചരിത്രം -ഡോ.എം.ലീലാവതി

8. മലയാള കവിതയിൽ ഉയർന്ന ശിരസ്സുകൾ - ഡോ.എം.എൻ.രാജൻ

9. കാവ്യാനുഭവത്തിന്റെ രുചിഭേദങ്ങൾ - ഡോ.ഡി.ബെഞ്ചമിൻ

10. കുഞ്ചൻ നമ്പ്യാർ വാക്കും സമൂഹവും -ഡോ.കെ.എൻ.ഗണേശ്

11. ഒയെൻവിക്കവിതാ പഠനങ്ങൾ-ഡോ.എം.ലീലാവതി

12. ആധുനിക കാവ്യ പഠനങ്ങൾ -ഡോ സി.പി.ശിവദാസൻ

13. അക്കിത്തം - ഡോ തോമസ് മാത്യു

14. ബാലാമണിയമ്മ കവിതയും ജീവിതവും - ഡോ രതി മേനോൻ

15. റഫീഖ് അഹമ്മദിന്റെ കവിതകൾ - മാതൃഭൂമി ബുക്സ്

16. ദേശികം - എൻ.കെ ദേശം

17. തിരഞ്ഞെടുത്ത കവിതകൾ - സച്ചിദാനന്ദൻ

18. എഴുത്തച്ഛൻ എഴുതുമ്പോൾ - കെ. ജയകുമാർ

19. കവിത മാംസഭോജിയാണ് - പി. എൻ ഗോപികൃഷ്ണൻ

20. ഭാഷയും കുഞ്ഞും - പി. രാമൻ

21. കനം - പി. രാമൻ

22. തടവറ കവിതകൾ - സിവിക് ചന്ദ്രൻ

23. കമല ദാസിന്റെ കവിതകൾ

24. എന്റെ പ്രിയ കവിതകൾ - പി. എസ് ശ്രീധരൻ പിള്ള

25. പ്രഭാവർമ്മയുടെ കവിതകൾ - ഡി.സി. ബുക്സ്

26. റഫീഖ് ഇടപ്പാളിന്റെ കവിതകൾ

27. കമറുദ്ദീൻ ആമയത്തിന്റെ കവിതകൾ

28. ലിൻഡോ ചിറമ്മലിന്റെ ബോൺസായ് കവിത സമാഹാരം

29. സിന കെ.എസ് - വിന്റർ ഹൗസ്

30. അശോകൻ പുത്തൂർ - പരേതന്റെ മേൽവിലാസം

31. പി.പി രാമചന്ദ്രൻ - പേക്രോം

32. ടി.പി വിനോദ് - സത്യമായും ലോകമേ

33. കെ.വി. രാമകൃഷ്ണൻ - മലയാളത്തിന്റെ പ്രിയ കവിതകൾ